व्यंकटेश माडगूळकर

वाटा

I0566081

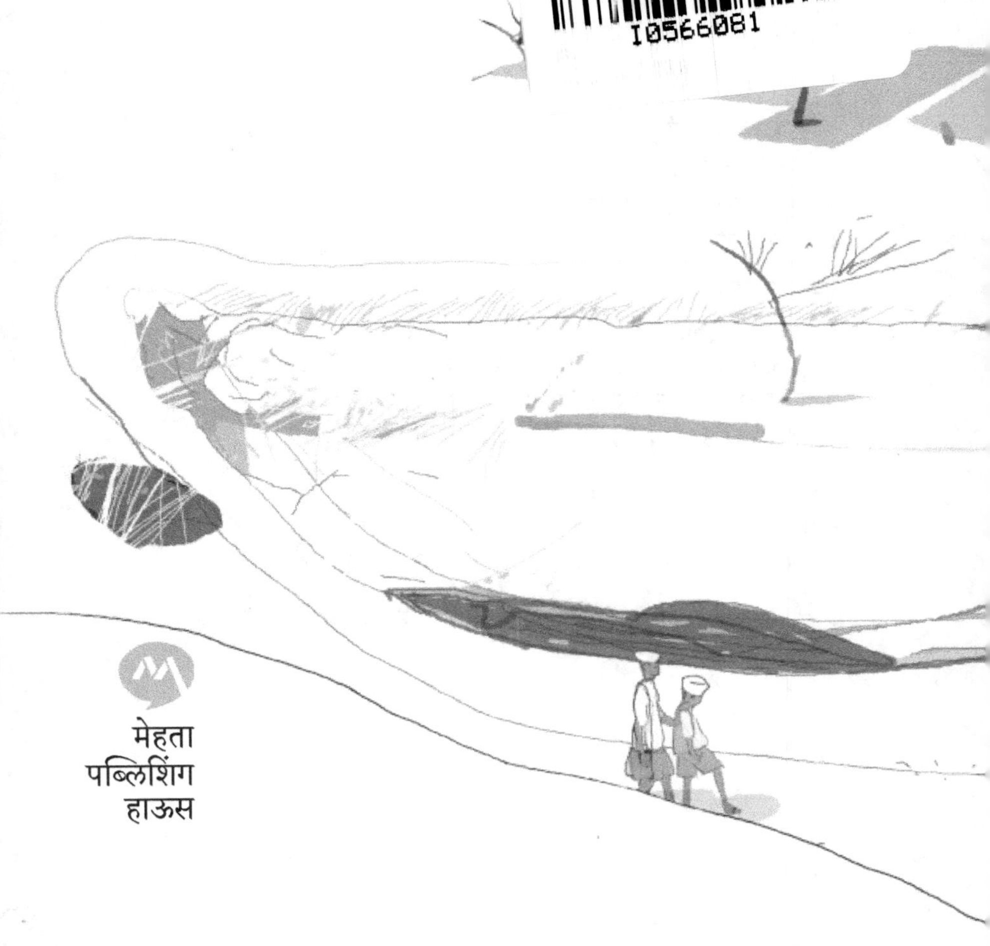

मेहता
पब्लिशिंग
हाऊस

VATA by VYANKATESH MADGULKAR

वाटा / कथासंग्रह

व्यंकटेश माडगूळकर

© ज्ञानदा नाईक

मराठी पुस्तक प्रकाशनाचे हक्क मेहता पब्लिशिंग हाऊस, पुणे.

प्रकाशक

सुनील अनिल मेहता, मेहता पब्लिशिंग हाऊस,
१९४१, सदाशिव पेठ, माडीवाले कॉलनी, पुणे - ३०.

अक्षरजुळणी

इफेक्ट्स, २१/६ब, कोथरूड, पुणे - ३८.

मुखपृष्ठ व मांडणी

चंद्रमोहन कुलकर्णी
मुखपृष्ठावरील लेखकाचे छायाचित्र
शेखर गोडबोले

प्रकाशनकाल

१९७६ / १ मे, १९८९ / १४ नोव्हेंबर, १९९३ /
१५ ऑगस्ट, २००४ / १५ ऑगस्ट, २००९ /
मेहता पब्लिशिंग हाऊस यांची सहावी आवृत्ती : मे, २०१२
एप्रिल, २०१३ / पुनर्मुद्रण : ऑक्टोबर, २०१८

P Book ISBN 9788184983678
E Book ISBN 9789353170813

E Books available on : play.google.com/store/books
www.amazon.in/b?node=15513892031

अनुक्रमणिका

१

वाटा

आजवरच्या प्रवासात अनेक वाटा तुडवाव्या लागल्या. ठळक आठवते; ती यमाजी पाटलाच्या वाडीची वाट. आज वाटतं; वाडी तर माझ्या गावापासून फक्त हाकेच्या अंतरावर आहे. पण तेव्हा ही वाट सरता सरायची नाही.सात-एक वर्षांचं माझं वय. घरात नव्या भावंडाचा जन्म झालेला. आईचा मुक्काम बाळंतिणीच्या अंधाऱ्या खोलीत. समईचा मंद उजेड. शेपूचा, वेखंडाचा आणि गोड्या तेलाचा वास भरून राहिलेला. अंगावर असलेल्या लुगड्याच्या पदराची टोपी करून, डोळ्यांत काजळ घालून बसलेली आई माझ्या हातावर दोन खारका किंवा हळिवाचा लाडू ठेवून म्हणायची, "व्यंकटेशा माझं काम कर की, एक राजा. वाडीला जा आपल्या वाटेकऱ्याकडे आणि लोणकढं तूप घेऊन ये.''नाही कसं म्हणणार? केव्हा एकदा ते बाळ मोठं होईल आणि आई हिंडू-फिरू लागेल, असं मला झालेलं असे. तुपाचं तांबलं हातात वागवीत मी वाडीच्या वाटेला लागायचो.

वाटेच्या दोन्ही बाजूंना उभ्या पिकांची रानं असत. त्याचा सुरेख वास येई. कुठे तुरीचं पीक शेंगांना आलेलं असे. मग वरचेवर वाट सोडून रानात पळायचं, तुरीच्या टचटचीत, सावळ्या शेंगा ओरबाडायच्या, चड्डीच्या खिशात गच्च भरून घ्यायच्या आणि त्या खात-खात पुढची वाट ओसरायची.

ही वाट काही आखलेली नव्हती. माणसांनी जाऊन-जाऊनच ती पाडलेली होती. कधी बैलगाडी जायची, कधी गुरं जायची, वाट ठळक होत राहायची. वाटेवर कधी-कधी चमत्कार दिसायचे.

धुरोळ्यात गुंडी किड्यांनी उकरलेल्या सुरेख गदी दिसायच्या. वाटेनं भराभरा चाललेली किडामुंगी नदीच्या काठाशी आली रे आली की, घसरून आत पडावी. मग माती अंगावर घेऊन आत दडलेला गुंडी किडा बाहेर येई आणि आत पडलेल्या प्रवाशाचा चट्टामटा करून टाकी. जागोजागी या गदी दिसायच्या – काही नव्या, काही जुन्या. मग सदऱ्याचं, चड्डीचं, टोपीचं एखादं बोटभर सूत तोडून काढायचं. त्याची गुठळी करायची आणि ती अलगद गदीत टाकायची. त्यासरशी काही भक्ष्य पडलं, या कल्पनेने किडा आतून तपास करू लागला की, एकाएकी जीव भरल्यासारखी ती गुठळी नाच करायला लागायची.

मधेच वाटेवर दोन भलेमोठे, काटेरी पाय आणि सोंड असलेले किडे दिसत. जांभळापेक्षाही थोडे मोठेच. त्यांनी सुपारीएवढा गोल शेणाचा गोळा केलेला असे आणि तो प्रचंड गोळा ढकलत-ढकलत ते चाललेले असत. एक जण पुढे

ढकलायचा आणि दुसरा अंगावर ओढून घ्यायचा, अशी त्या गोळ्याची गाडीगुडी करीत अगदी एकाग्र चित्तानं त्यांचं काम चाललेलं असे. पाच पावलं गोळा न्यायला त्यांना केवढा तरी वेळ लागे. हा शेणगोळा ते कुठे घेऊन जातात आणि त्याचं काय करतात, हे मला बघायचं असे. पण बराच वेळ बघितलं, तरी वाट ओसरून त्यांचं घर येतच नसे. सर्कशीत पायाने चालवितात, तसा हा गोळा चालवीत हे दोघेही तिळातिळाने पुढे जात असत.

मग मी पुढे जाई. कुठे बांधावर मुरमुटीचं झाड दिसलं की, पुन्हा वाट सोडून शेतात धावायचं. मुरमुटीच्या चित्रमय खोडावर पाचूला सोन्याचा वर्ख दिलेले मोठे-मोठे सोनकिडे असत. ते पकडून काड्याच्या मोकळ्या पेटीत ठेवून, मुरमुटीचा पाला चारा म्हणून घातला, तर ते अंडी घालतात, असं मला मुसलमानाच्या अकबऱ्यानं सांगितलं होतं. तशी खटपटही मी अनेकदा केली होती, पण अंडी घालण्याऐवजी बापडा सोनकिडा काड्यापेटीतच मरून जाई. तरीही ते सुरेख किडे मला पाहायचे असत. बरीच मुरमुटीची खोडं तपासून होत.

वाटेकडेच्या नेपतीच्या झुडपातून रान-चिमण्यांची घरटी दिसत. माळावरची कुसळं गोळा करून त्यांची मऊसूत घरटी चिमण्यांनी बांधलेली असत. अडचणीत शिरून वाकून पाहिलं की, आत अंडी दिसत. विटकरी रंगाच्या पाठी असलेल्या अंगठ्याएवढ्या चिमण्या माझ्या डोक्याभोवती हिंडून गोंधळ करीत.

तालीवरच्या बाभळीच्या काळ्या खोडावर, सुरेख डिंकाचे गोळे आलेले असत. एक गोळा काढून आवळ्यासारखा गालात ठेवून द्यायचा आणि पुढे वाट चालायची. चिकट गोड डिंक चोखत बरीच वाट ओसरून जाई.

मधेच कुठे आपली काळी-पांढरी मेंढरं माळाला लावून उभा राहिलेला, तांबड्या मुंडाशाचा काळाभोर मेंढका दिसे. त्याला बराच वेळ कोणी बोलायला मिळालेलं नसे.

लखलखीत हसून तो म्हणे, "काय बामनबुवा, कुनीकडे दौड?"

"पाटलाच्या वाडीला तूप आणायला."

मेंढक्याला चांगलंच हसू येई.

"एखाद्या दिशी तूपभात नसला, तर बिघाडतं?"

"आईला पायजे. बाळ झालंय तिला."

"मंग पायजे हां. मंग पळा, पळा."

त्याला मागे टाकून मी पुढे जाई. बांधाला गुरं चरत असत. त्यांच्या गळ्यातल्या घंटा, घुंगरू बोलत असत. पांढऱ्या गाईच्या पाठीवर काळे कोतवाल पक्षी बसलेले असत आणि पांढरे गायबगळे गाईच्या पायातून उडणारे टोळ खाण्यासाठी त्यांच्या मागे मागे तुरतुरत असत.

कुठे वाकड्या बाभळीवर एकच एक होला घुमत असे. घुघूऊं, घुघूऊं, येग जिऊ, दोघं जेवू!

स्वच्छ डोळ्यात काळा तीळ दिसावा, तशी एखादीच घार आभाळात उंच फिरत असे. हे सगळं बघत-बघत एकदाची वाट ओसरे आणि यमाजी पाटलाची वाडी येई. गावच्या कडेलाच दयाळाचं धाब्याचं घर. डोक्याला शेंडी, गळ्यात तुळशीची माळ असलेला नरसू दयाळ मला बघताच म्हणे, "या, या मालक, तूप आणायला पाठिवलं काय काकींनी? अगं वच्छला, कुरकळ्णी आलेत. लोणी टाक कडवायला."

सोप्याला जेन पसरलं जाई. त्यावर बसून मी नरसू दयाळाचा गोतावळा पाही. अंगणात एक-दोन लहान वासरं असत. त्यांच्या आया चरायला गेलेल्या. तीन-चार कोकरं असत आणि एखादी लेकुरवाळी कोंबडी मुलं घेऊन हिंडत असे. बाहेर घार दिसली की, लगेच कोंबडी घाईने पायऱ्या चढून सोप्यात येई. मागोमाग पोरंही येत. माझ्या आवतीभोवती हिंडत. दयाळाची सून पितळीत घालून मला शेंगा-गूळ खायला देई. डोक्यावरचा पदर सावरून विचारी, "हायेत का वयनी बऱ्या?"

"हो."

"आन् बाळ हाये का तुमासारकंच गोरं-गोमटं?" मी लाजून काहीच बोलत नसे. लवकरच कढणाऱ्या लोण्याचा खमंग वास येई. मग दयाळ तुपाच्या तांबल्याला नीट गळसरी व शिंकाळं बांधून मला देई आणि म्हणे, "बेतानं न्या हां. सांडू-लवंडू नका."

ही जोखीम वागवीत माझी परतीची वाटचाल सुरू होई.

आता ऊन झालेलं असे. वाटेवरचा धुरोळा चांगला तापलेला असे. माझे अनवाणी पाय पोळत. पळत जाऊन झाडाच्या सावलीला उभं राहावं असं वाटे; पण तूप सांडेल, ही भीती पळू देत नसे. जपून-जपून जायचं असल्यामुळे परतीची वाट ओसरता ओसरत नसे.

घर येई. तुपाचं तांबलं घेऊन मी बाळंतिणीच्या खोलीत जाई. समोर नुसता गडद अंधार दिसे. अज्ञातातून यावा, तसा आईचा आवाज येई –

"आला का गं, माझा सोन्या."

हळूहळू समई, बाज, बाजेवरची आई सगळं दिसे. तुपाचा वास घेऊन आई म्हणे, "मोठंच काम केलंस. आक्काला दे हे तूप आणि मी सांजा ठेवलाय तुझ्यासाठी, तो दे म्हणावं."

ही तुपाची वाट तीन महिने चालू राही.

दुसरी वाट आठवते ती कौठुळी गावची. ओसाड माळरानातून जाणारी लांबच लांब वाट. मी आठ-नऊ वर्षांचा आणि आमचा शाम सात वर्षांचा. कौठुळीच्या

शाळेत आक्काचा नवरा मास्तरकी करी. दिवाळीच्या भाऊबीजेला आई म्हणे, "अरे आज वर्षाचा सण. माझी आक्की वाट पाहील तुमची. जा तिच्याकडे ओवाळून घ्यायला."

मग ती चार चपात्या, पिठलं करून फडक्यात बांधून देई. आम्हा दोघांजवळ ओवाळणी घालण्यासाठी एकेक पावली देई. ती चड्डीच्या खिशात घालून आम्हीही वाट तुडवत जात असू. बहुतेक सगळी वाट रुक्ष माळरानातूनच जाई. आक्काच्या गावाला जाणारी एखादी बैलगाडी भेटेल, आमची दया घेऊन गाडीवान आम्हाला आत बसू देईल, म्हणून आम्ही आशेने बघत असू. पण अशी गाडी काही दिसत नसे. दिसलीच; तर ती परत येणारी असे. वाटेवर फारसं कुणी भेटतही नसे. फक्त कधीतरी दूरवर कान उभारून आमच्याकडे बघणारी दोन-चार माळहरणं दिसत. ती पाहून आम्ही चकित होऊन थांबत असू. कुठे हिरवा मळा दिसे. मोटेचा आवाज ऐकू येई. एखादं कवठाचं उंच झाड दिसे. धोंडे फेकून त्याची कवठं पाडण्याचा प्रयत्न कधीच सफल होत नसे. केवळ कल्पनेनेच दात आंबत आणि घशाला तोठरे बसत. मधेच एखादा बारीक ओढा लागे. त्याच्या ओल्या वाळूत झरा काढून त्याच्या काठी आम्ही फडक्यात बांधून दिलेली मऊ चपाती, लोणचं आणि पिठलं खात असू आणि वाळूत खुशाल पालथं पडून झऱ्यातलं पाणी जनावरासारखं तोंड लावून पीत असू. ओंजळीनं पाणी पिऊन समाधान होत नाही. मधेच लांडग्यांची भीती वाटे आणि शामला सांभाळण्याची जबाबदारी आपली आहे, याची एकदम जाणीव होऊन मी त्याच्या हातात हात घालून चालत राही. असं करता-करता चालून-चालून पाय भेंडाळल्यावर एकदाची ती कौठुळी येई.

आक्का आनंदून जाई. उन्हानं लाल झालेली आमची घामेजरी तोंडं वरचेवर पदराने पुसून म्हणे, "दमला का रे राजांनो! फार लांब बदली झालीय बघ आमची. कसलं हे कुग्राम!"

मोठा हंडा तापवून ऊन पाण्यानं अंघोळ घाली. गोडगोड जेवू घाली. संध्याकाळी ओवाळायची वेळ आली, म्हणजे आपल्या लहान मुलीला म्हणे, "पपे, जा त्या सुताराच्या विठूला बोलाव."

मी विचारी, "कोण गं आक्का सुताराचा विठू?"

"अरे, शेजारी राहतो मागे. त्याची एकुलती एक बहीण बघ गेल्या साली बाळंतपणात वारली. त्याला कोण ओवाळील? चांगला आहे बिचारा. फार उपयोगी पडतो माझ्या."

सुताराचा विठू आमच्यापेक्षा किती मोठा असे! धोतर नेसणारा आणि मिशावाला! आमच्याबरोबर आक्का त्यालाही ओवाळी आणि तोही आमच्यासारखा एक पावली ओवाळणी घाली.

आणखी एखादा दिवस आक्काचा पाहुणचार घेऊन आम्ही दोघे परत फिरत असू. पुन्हा ती कौठुळीची वाट तुडवीत परत गावी येत असू. कितीदा या कौठुळीला गेलो आणि आलो. कधी भाऊबीज आहे म्हणून, कधी सुट्टी आहे म्हणून, कधी आक्का आठवण करीत असेल म्हणून.

एकदा तर आईने मला आक्काला माहेरी घेऊन यायला पाठवलं. परत येताना कौठुळीचा गाडीवान, मी आणि आक्का खडतर चाकोरीच्या वाटेनं येताना गाडीचं एक चाक वर, एक खाली झालं. एका बैलाची सापती तुटली आणि गाडी कलंडली. आक्का धाडकन खाली पडली ती शेताच्य घातलेल्या बाभळीच्या काट्याच्या कुंपणात. सगळ्या अंगभर काटे भोसकले.

गाडीवानानं सापतीला गाठ भरून गाडी चालती केली. सगळ्या वाटेने राहून-राहून मी रडत होतो. गाडीवान आणि आक्का माझी समजूत काढीत होते. आक्का पदरानं माझे डोळे पुसत होती. आक्काच्या अंगातले काटे सुईनं काढण्यात आईनं कित्येक रात्री समई जाळली. पुढे वर्ष, दीड वर्षं एखाद-दुसरा काटा आक्काच्या अंगातून बाहेर पडतच होता. मग मात्र कौठुळीला कधी गेलो नाही. ती वाटच पुन्हा पाहिली नाही.

आणि मावशीच्या जरंडी गावची ती तांबर्डी वाट. दोन्ही बाजूला कारळ्याची पिवळीरंजन फुलं फुललेली आणि मधून एवढीशी वाटुळी वळत-वळत मावशीच्या गावाला गेलेली. आधी माडगूळ ते आटपाडी हा पाच मैलांचा रस्ता चालायचा. मग सर्व्हिस मोटारीत बसून भिवघाटाच्या माथ्यावर म्हणजे अठरा मैल यायचं. तिथे उतरून मोठ्या वडाच्या झाडाखाली बसायचं आणि विरुद्ध दिशेला विट्याकडे धुरळा उडवीत जाणारी मोटार दिसेनाशी झाली, म्हणजे सडकेनं चालू लागायचं. ही सडक चार मैल संपली की, उजव्या बाजूला वळून मावशीच्या गावाची पायवाट धरायची. घाटमाथ्यावर जिकडे-तिकडे हिरवंगार दिसे. शेतं पिकानं भरलेली असत. आभाळात सौम्य ऊन असे. सभोवार गर्द झाडंझुडं असत. माथ्यावर फुलपाखरं झुलत डोलत जाताना दिसत. राघूंचे थवे सणाणत जात. राहून-राहून मोराच्या केका ऐकू येत.

मावशीला बघितलं की, तरणी आईच असं वाटे. माझे चालून दमलेले, धुळीने भरलेले पाय मावशी कढत पाण्याने धुऊन नेसूच्या आपल्या पदरानं पुसे. मला सारखं पोटाशी धरी. "बाबा माझ्या, तुला काय रे आवडतं, काय रे करू तुझ्यासाठी जेवायला?" असं सारखं विचारी. मला लाजल्यामुळे काहीच सांगता येत नसे. मग कधी सांज्याच्या मऊसूत पोळ्या, तर कधी गव्हाची खीर, कधी चकोल्या तर कधी भाजणीची थालीपिठं असले रुचकर पदार्थ करून मावशी मला जेवू घाली. तिच्या घरी मोठी शेती होती. मला वाटे, मावशी किती श्रीमंत आहे! मावशीच्या गावी चार-आठ दिवस राहून, तूप-रोटी खाऊन मी टुमटुमीत होई. माझ्यापेक्षा वयाने मोठा

असलेला माझा मावसभाऊ माझ्याशी संकोच सोडून बोलू लागे. मावशीचा रागीट आणि करारी नवरा संध्याकाळी कधी मला जवळ बोलावून हिशोब विचारी. कधी सकाळी मला जवळ बोलावून माझ्या कपाळाला उभं गंध लावी.

परतीची वाट सहसा मला एकट्याला चालावी लागत नसे. मावशीच्या पांढऱ्या घोडीवर मी बसलेला असे आणि कोणीतरी माणूस माझ्यासोबत चालत असे. भिवघाटापर्यंत आणून तो मला मोटारीत बसवी. मावशीनं सांडगे, कुरोड्या, तीळ, तांदूळ असं बरंच काहीबाही आईसाठी दिलेलं असे. ते गाठोडं सांभाळीत मी परत येई.

आपण कायमचंच मावशीच्या गावाला जाऊन राहावं, असं मला फार वाटे. मग मी हायस्कूलात जाऊ लागलो आणि दिघंचीची वाट सुरू झाली. पोलिसखात्यात असलेले बिटाकाका एकटे दिघंचीला राहात. महिन्याला दोन आणे ही शाळेची फी फार थकली, म्हणजे धावत-पळत मी दिघंचीची धुळीनं, फोफाट्यानं भरलेली सात मैलांची वाट तुडवून जात असे.

स्वत:च्या हाताने केलेला भात, दूध आणि साखर असं जेवण पुतण्याला घालून काका, कनवटीचा एक बंदा रुपया ठाणकन माझ्यापुढे टाकून म्हणत, "मास्तरला म्हणावं घेऊन टाकी फी, तो काय समजलाय!"

एकदा शाळेत असतानाच मिलिटरीत भरती होण्यासाठी घरी न सांगता गुपचूप आम्ही तिघे मित्र सांगोल्याला गेलो होतो, ती बारा मैलांची अवघड वाट. अचानक तिथे ओळखीचाच अधिकारी भेटून त्यानं तोंडात मारून आम्हाला परत पिटाळलं. म्हणाला, "लेको, आईबाप रक्ताचं पाणी करून तुम्हाला शिकविताहेत हे इंग्रजांसाठी गोळ्या खाऊन मरायलाय, होय रे?"

मग ती परतीची शरमिंदी वाट...!

...फार लवकर घराबाहेर पडलो. सोळाव्या वर्षीच या वाटा संपल्या आणि मी दिशाहीन भटकत राहिलो. पाय नेतील ती वाट, असा प्रकार झाला. सोबत नाहीच. इतकी वर्षं झाली, पण अजूनही पायाखाली मळलेली वाट आहे, असा भरवसा नाही. हीच का वाट, असा सारखा संशय.

■

२

चळवळीचे दिवस

गावाचे नाव आता आठवत नाही, कुणाच्या तरी मालकीची मोठी शेती होती आणि या शेतीवरच्या पडळीवर रात्री उशिरापर्यंत चर्चा चाललेली होती. लांबट पडवी, भिंतींना चुन्याचा रंग दिलेला. या भिंतीला पाठी टेकून वीस-बावीस लोक बसले होते. त्यातले फार थोडे चेहरे माझ्या परिचयाचे होते. या सर्वात वयाने लहान असा फक्त मीच होतो. मला नुकतेच सोळावे वर्ष लागले होते.बराच लांबचा प्रवास तरी झाला असावा किंवा रात्र तरी बरीच झाली असावी. कारण मला चर्चा काहीच आठवत नाही. लोक हलक्या आवाजात बोलत होते आणि मला विलक्षण झोप येत होती. भिंतीशी मुरगाळून मी डुलक्या घेत होतो. पुण्याला परत केव्हा आलो, हेही आठवत नाही.श्याम पटवर्धन सतत माझ्याबरोबर असे. पुण्याची मला काहीच माहिती नव्हती. माडगूळसारख्या लहान गावातून मी एकदम शहरात आलो होतो. जंगलीमहाराज रस्त्यावर असलेल्या, विटांनी बांधलेल्या आणि वर पत्रा असलेल्या एका घरात होतो, हे मात्र अजून लक्षात आहे. (जाता-जाता या घराकडे मी अजूनही पाहतो.)

पुण्याच्या मुक्कामात फर्ग्युसन रोडवर असलेल्या एका खानावळीत मी आणि श्याम उशिरा जेवायला जात असू. हा श्याम कोण, कुठला, त्याचे खरे नाव काय, हेही मला माहीत नव्हते. त्याबद्दल कधी कुतूहल दाखवायचे नाही, असा संकेत होता. पण हा माणूस फार प्रेमळ होता. लहान भावाला वागवावे, तसा तो मला वागवी. कितीतरी गोष्टी त्याने मला शिकविल्या.

एके दिवशी तो मला म्हणाला, ''जुन्या बाजारात यायचं का? चल माझ्याबरोबर. तेवढाच तुझा कंटाळा जाईल.''

आम्ही दोघे जुन्या बाजारात हिंडलो. श्यामने काही पहारी आणि कुलपे-किल्ल्या खरेदी केल्या. का, ते त्याने मला सांगितले नाही. मला कुतूहल वाटले, पण ते दाखवायचे नाही, हा धडा मला मिळाला होता. मग लवकरच पुन्हा एक रात्र आली.

लहानशा खाजगी मोटारीत बसून आम्ही कुठेतरी निघालो. मोटारीच्या मागच्या बाजूला आंब्याच्या असतात, तसल्या उंच करंड्या होत्या. आतही काही होत्या. ठेचून माणसे आत भरलेली होती. श्याम होता, एस.पी. होता, तानसेन होता, डॉक्टर होते. इतर कोणी माझ्या ओळखीचे नव्हते.

मोटारीत हास्यविनोद चालले होते. काही लोक मात्र अगदी गप्प होते. मी

अगदी चेमटून गेलो होतो. काळोख्या रस्त्याने काही वेळ मोटार धावल्यावर मला पेंग येऊ लागली.

हमरस्त्यावरच मोटार उभी राहिली.

"ऊठ रे रमेश, जागा झालास का?" असे म्हणून एस.पी.ने मला जागे केले. भराभरा सगळे लोक खाली उतरले. आजूबाजूला किट्ट काळोख होता. ताऱ्याने भरलेले आकाश झगमगत होते. हा रस्ता आहे, उतारावरच्या एका झाडाखाली मोटार उभी आहे, एवढे मला कळले.

एस.पी.ने दंडाला धरून मला रस्त्यापलीकडे नेले आणि हळू आवाजात विचारले, "कुठे आलो, कळलं का?"

"नाही."

"जेजुरीला." एवढे म्हणून तो थोडा बाजूला वळला. लघवी करून झाल्यावर पुन्हा माझ्याजवळ येऊन म्हणाला, "तुला वर न्यायचं नाही, असं ठरलंय. मोटारीपाशीच राहा. आम्ही खाली परत येईपर्यंत ड्रायव्हरकडे लक्ष दे. तो कदाचित भिऊन निघून जाईल मोटार घेऊन. त्याला जाऊ द्यायचं नाही काय?"

"हो."

घाईघाईने हलक्या आवाजात एवढे मला बजावून एस.पी. मोटारकडे गेला. त्या करंड्यांतून त्यांनी काहीबाही काढून घेतले आणि बघता-बघता सगळी माणसे काळोखात दिसेनाशी झाली.

मला एकदम आपण फार महत्त्वपूर्ण माणूस आहोत, असे वाटले.

ड्रायव्हरला मी नीट पाहिले नव्हते. चाकाशी बसून तो सिगारेट ओढत होता. याने एकदम मोटार सुरू केली, तर त्याला आपण कसे अडविणार, म्हणून मी विचारात पडलो आणि तात्काळ माझ्या ध्यानात आले की, शारीरिक झोंबी करण्यावाचून दुसरे काहीही करणे शक्य नव्हते. लगेच पुढचे दार उघडून मी त्याच्या शेजारी जाऊन बसलो. पाच मिनिटे अत्यंत सावकाशपणे गेली. सर्वत्र भयाण शांतता होती. रातकिडे तेवढे ओरडत होते. मग कुजबुजावे, तेवढ्या लहान आवाजात ड्रायव्हर म्हणाला, "तू गेला नाहीस वर?"

त्याचा आवाज मला फार धास्तावलेला वाटला.

मी म्हणालो, "मला तुमच्या सोबतीला ठेवले आहे."

पुन्हा शांतता.

"किती वेळ लागेल?"

मला तरी कुठे कल्पना होती वेळाची.

"येतील आत्ता."

खिशातून रुमाल काढून ड्रायव्हरने कपाळ पुसले, तोंड पुसले. आवाज ऐकू

आला. आम्ही मागे पाहिले, तर दूरवरच्या टेकाडावर उजेड दिसला. घाईगडबडीने खाली उतरत ड्रायव्हर म्हणाला, ''मोटार येतीय वाटतं. आपण चाकाशी खटपट केल्यासारखं दाखवू, म्हणजे संशय येणार नाही त्यांना.''

आम्ही रस्त्याकडेशी असलेल्या मागल्या चाकाशी खटपट करीत बसून राहिलो. भरभराट करीत मालमोटार आली आणि आमचे डोळे दिपवून निघून गेली. सुस्कारा सोडून ड्रायव्हर उठला. तो एवढा घाबरला आहे, हे बघून मला बरे वाटत होते.

''फार उशीर झाला हो.''

''छे, आत्ता तर गेलेत ते. आपण वाट पाहतोय, म्हणून वाटतंय तसं.''

''तुम्हाला असल्या कामाचा अनुभव आहे वाटतं.''

मी दणकून म्हणालो, ''पुष्कळ.''

ड्रायव्हर शिस्तशीर दिसला, कारण त्याने थर्मासमधून चहा आणि लहान डब्यातून आमलेट आणले होते. ते सगळे प्रकरण गाडीतून काढीत त्याने मला विचारले, ''आमलेट खाऊ या का?''

''खाऊ या.''

अंधारात उभे राहून आम्ही आमलेट खाल्ले, आळीपाळीने चहा प्यालो. तेवढ्यात पुन्हा दूरवर गाडीच्या हेडलाईटचा झोत क्षितिजावर दिसला.

''गाडी आली वाटतं.''

''येऊ द्या. आपण चाकाशी बसू.''

''आता चाकाशी नको. मी बोनेट उघडतो.'' गाडी आली, सणकन निघून गेली.

''लघवीला येता का?''

''चला.''

''फार वेळ लागला हो. काही घोटाळा तर नसेल?''

''काही नाही. सगळे लोक हुशार आहेत. कसल्याही घोटाळ्यातून ते पार पडतील.''

थोडा वेळ आणखीन गेला आणि काळोखातून भसाभसा लोक जमा झाले. आणलेली ओझी त्यांनी डिकीत टाकली. सगळे घामाघूम झाले होते. एकदम वातावरण भलतेच तंग झाले!

मावतील तेवढे लोक भराभर गाडीत बसले. बाकीचे अंधारात गुडूप झाले. गाडी सुरू झाली. अगोदरच काढलेली तिकिटे प्रत्येकाच्या हातात कोंबण्यात आली.

जेजुरी स्टेशनाबाहेर आम्हाला सोडून मोटार परत गेली. कोणी कोणाशी बोलले नाही. मला इकडचा भूगोल काहीच माहीत नव्हता. आता एवढेच आठवते की, प्रवाशांनी गच्च भरलेल्या डब्यात मी आणि युसुफ शिरलो आणि एकमेकांशेजारी बसून राहिलो. बहुतेक प्रवासी झोपलेले होते.

डब्यातल्या लाईटमध्ये माझ्या लक्षात आले की, युसुफच्या कोटाला खंडोबाचा भंडारा लागलेला आहे. हळूच ही गोष्ट मी त्याच्या ध्यानात आणून दिली, तेव्हा त्याने कोट काढला आणि गुंडाळून बुडाखाली घेतला.

यथावकाश आम्ही कोल्हापुरास पोहोचलो. गुन्ह्याची भडक हकिकत वर्तमानपत्रातून प्रसिद्ध झाली होती. ती वाचली आणि मग मात्र मला फार असुरक्षित वाटू लागले. मनावर फार मोठे दडपण आले. सुरुंगाच्या दारूने भरलेल्या कोठारातून हातात लामणदिवा घेऊन वावरावे, तसा मी वावरू लागलो. अन्नपाणी गोड लागेना. गणवेशातील पोलीस पाहिला की, छाती धडधडू लागली. माझ्यापरीने मी अत्यंत सावध चित्ताने वावरत होतो. पण संकट कुठेतरी आडवळणावर दबा धरून बसले आहे, ते मागून केव्हाही झेप घेऊन मानेवर बसेल, अशी जाणीव सतत राहिली.

अशा वेळी कोणी सखासोबती बरोबर असला की, तेवढाच धीर येतो. पण आता सगळे सहाध्यायी आठी दिशांना पांगले होते आणि मी अगदी एकटा-एकटा असा वावरत होतो. एरवी संघटनेकडून निरोप कळत, पत्रे येत; पण ते आता सर्व बंद झाले होते. या धोक्याच्या काळात मी कुठे राहावे, काय करावे, यासंबंधी कसलीही सूचना मला मिळाली नव्हती. कोणीही भेटत नव्हते. पुढे काय वाढून ठेवले आहे, त्याबद्दल नाना कल्पना करीत मी दिवस काढीत होतो. असा साधारणत: महिना गेला आणि एके दिवशी वर्तमानपत्रातून बातमी आली की, पुण्याच्या मंगल भुवनमध्ये एका आरोपीला पोलिसांनी पकडले आहे.

हा पकडला गेलेला श्यामच होता. त्याच्यापाशी आम्हा सर्वांचे पत्ते असायचे, हे मला माहीत होते. मी सर्द झालो.

पुढच्या तीन दिवसांत सर्व भारतभर पकडापकड झाली. सर्व जण पकडले गेले. माझ्यावरही धरणे आले होते, पण दैवयोगाने मी निसटलो. सायकलवरून वीस-पंचवीस मैल अंतर तोडून इस्लामपूरला गेलो. सायकल परत पाठवून दिली आणि विटे, आटपाडी करीत माडगूळला येऊन राहिलो. राहिलो तो सर्व सहा महिने. शेतीभाती बघावी, गुरे राखावीत, महारा-रामोश्यांच्या मुलांबरोबर रानोमाळ हिंडावे, असे दिवस चालले होते. या काळात घेतलेले कितीतरी अनुभव पुढे मला लेखनात उपयोगी पडले. संघटनेची सगळी वाताहतच झाली होती. तो मला आमलेट खाऊ घालणारा ड्रायव्हर माफीचा साक्षीदार झाला होता. बाकी सोळा-सतरा जणांना पाच-पाच, सात-सात वर्षांच्या शिक्षा झाल्या होत्या. ते सगळे गजाआड दिवस मोजत होते.

मला हे असे निष्क्रिय आयुष्य किती काढावयाचे, असे वाटू लागले. कोल्हापूर ग्रुपची वाताहत झाली. आता कुंडलग्रुप काम करीत होता. नाना पाटील त्या ग्रुपचे प्रमुख होते. माझे थोडेफार बाळपण कुंडलला गेल्यामुळे काही जण माझ्या परिचयाचे

होते. पैकी नाथाजी लाड यांना पकडून देणाऱ्यास पाच हजार रुपयांचे बक्षीसही सरकारने जाहीर केले होते. त्याचा कसाबसा पत्ता लावून मी निरोप पाठविला की, "इथे फार दिवस मी राहू शकेन, असे वाटत नाही. आज ना उद्या माझा पत्ता पोलिसांना लागणार. तेव्हा मला तुमच्या संघटनेत घ्या. हवे ते काम मी करेन."

त्यांचा होकार आला. 'विट्याजवळच्या माहुली या गावी अमक्या-तमक्याकडे जाऊन राहा. पुढचे तिथे कळेल.' मी लहानशा गावी गेलो. राहावे एकाकडे, जेवावे दुसरीकडे; असे चालू होते. तिथून पाऱ्याला गेलो. हे पारे नावाचे लहानसे गाव तेव्हा फार नाव कमवून होते. सारे गावच्या गाव चळवळीत सामील होते. म्हातारेकोतारे, लहान मुले सगळ्यांनाच उत्तम समज होती. भूमिगत असलेल्यांनी या गावी खुशाल राहावे, सभ्या घ्याव्यात, कामे करावीत.

माझी सोय एका प्राथमिक शाळेच्या शिक्षकाकडे झाली होती. साधेसुधे चारखणी घर होते. घरात दोन लहान मुले होती. शेरडे-करडे होती. या मास्तराची चार-पाच एकर जिराईत जमीन होती. मास्तर आणि मुलगा शाळेत गेली की, फडक्यात भाकरी बांधून घेऊन मुलाची आई, तान्हे पोर आणि चार शेरडे घेऊन रानात जात असे. तिच्यासोबत मीही जात असे. भांगलण, खुरपण, राखण यांसारखी कामे शेतात असत. पोर निंबाच्या सावलीला खेळे दमले की, झोपून जाई. मी शेरडांमागोमाग, तुरी-भुईमुगाच्या रानातून हिंडे. शेरडे जोगावून त्यांच्या कुसा भरल्या की, दुपारी तीही सावलीला बसत.

मुलांची आई मग भाकरीचे गाठोडे सोडी. ज्वारीच्या भाकरी, चटणी, वांग्या-दोडक्याचे कालवण, कांदा असा बेत असे. काळ्या मातीत मांडी घालून बसून, मुलांच्या आईने दिलेली भाकरी मी तळहातावर घेऊन जाई. घरून येताना पाण्याची चरवी भरून आणलेलीच असे.

इकडचे तिकडचे घरगुती बोलणे होई. तू कोण, कुठला असले प्रश्न मुलांच्या आईने मला कधी विचारले नाहीत. स्वातंत्र्य, चळवळ यांविषयी आम्ही कधी बोललो नाही.

हळूहळू दिवस कले. उन्हे सौम्य होत. पिकांचा वास घेऊन वारा वाहू लागे. पाखरे गोंधळ करू लागत. आम्ही घरच्या वाटेला लागत असू. काखेत मूल, डोक्यावर पाटी घातलेली मुलांची आई पुढे, मधे तीन शेरडे आणि मागोमाग मी.

घरी येताच मास्तर विचारत, "काय पाव्हणे, कसा गुदरला आज दिवस?"

मी म्हणे, "अगदी आनंदात!"

पाऱ्याला काही काळ काढल्यावर मी कुंडलजवळच्या आणखी एका खेड्यात गेलो. हा प्रवास नेहमीच आडरानातून आणि पायीपायी असे. भल्या पहाटे किंवा चांदण्या रात्री प्रवास करणे सोयीचे असे. मध्ये कुठे पोलिसपार्टी दिसलीच की, उभ्या पिकात शिरून झुकांडी देता येई.

बरे, खाण्याजेवणाची काळजी नसे. कोणत्याही वस्तीवर जावे. मी नाना पाटलांच्या बरोबर काम करणारा आहे, असे सांगावे. भाजी-भाकरी मिळे. दिलासा मिळे.

मला वाटते, गावाचे नाव 'चिखलहोळ' होते. भल्या मोठ्या इनामदाराच्या वाड्यात माझी राहण्याची सोय होती. घरच्या पुरुषाला सात वर्षांची सजा झालेली होती. ते तुरुंगातच होते. दोन लहान मुली आणि मुलांची आई घरदार, शेतीवाडी सांभाळून होती.

मी जाताच मुली 'मामा-मामा' म्हणू लागल्या. आमच्या ग्वालेरीचा भाऊ फार दिवसांनी आला आहे, असे मुलाची आई आल्यागेल्याला सांगू लागली. मुलींना गोष्टी सांग, त्यांचा अभ्यास घे, गुरांना वैरणी घाल, रानात जा असे करीत माझा काळ आनंदात जाऊ लागला.

पण मला नुसतेच सुरक्षित राहायचे नव्हते. काही काम हवे होते. आपल्या आयुष्याला आता काही दिशा मिळावी, असे वाटत होते. या सगळ्या काळात मी माझे स्केचबुक, रंगाची पेटी बरोबर बाळगली होती. चित्रे काढण्यात भरपूर वेळ जात होता. या घराचे, शांत झोपलेल्या वासराचे एक चित्र मी तयार केले आणि ते चित्र आणि मला नोकरी मिळेल का, म्हणून एक पत्र किर्लोस्करवाडीला श्री. शंकरराव किर्लोस्करांकडे पाठवून दिले. उत्तराची वाट बघत राहिलो.

'या' असे उत्तर आले. मी गेलो आणि एक रुपया रोजावर किर्लोस्कर मासिकाच्या कचेरीत नोकरीला लागलो. चळवळीचे दिवस संपले.

पुढे अनेक वर्षांनी मला कळले की, संघटनेला आर्थिक मदत मिळावी, म्हणून केलेले धाडस फुकटच गेले होते. मूर्ती सोन्याच्या वाटल्या, त्या सोन्याच्या नव्हत्या. जवाहर सारे दहा-एक सहस्रांचे मिळाले, पण या प्लॅनसाठी झालेला खर्चच पाच-सहा सहस्रांचा होता. शिक्षा झाली, त्या लोकांना मारही विलक्षण मिळाला होता. काही जणांच्यात जन्माचा अधूपणा राहिला होता. स्वातंत्र्य मिळाले. लोक सुटले. पण अनेकांच्या आयुष्याची घडी कायमची विस्कटली ती विस्कटली. स्वातंत्र्याच्या लढ्यात हे सगळे अपरिहार्यच असते. 'नाही चिरा, नाही पणती' अशीही असंख्यांत बलिदाने व्हावी लागतात, हे सगळे कळून-सवरूनही हळहळ वाटते.

■

३

गुलमोहर

अगदी लहान वयापासून मी काही महत्त्वाकांक्षा बाळगून होतो आणि त्या पुऱ्या करायच्याच, असा दृढनिश्चय मी मनोमनी केलेला होता. अगदी पहिली आणि महत्त्वाची गोष्ट म्हणजे, आपण एक उत्तम बंदूक घ्यायची आणि रानोमाळ भरपूर भटकायचे. दुसरी गोष्ट म्हणजे आपली आपण अशी एक छान लायब्ररी करायची आणि त्या लायब्ररीतल्या टेबलाशी लिहिण्यासाठी खुर्ची ठेवायची, ती गर्रकन फिरणारी, मागे रेलणारी अशी. शिवाय या लायब्ररीच्या खोलीतून समोर पाहिले की, मखमली फुलांनी लहडलेला गुलमोहर दिसला पाहिजे.

माझा मी मिळवू लागलो आणि पहिल्या दोन-तीन वर्षांतच मी बंदूक घेऊन टाकली. आपल्या आवडत्या लेखकांची पुस्तके खरेदी करणेही सुरू केले. पण स्वत:चे घर, लायब्ररीसाठी स्वतंत्र खोली, फिरती खुर्ची आणि गुलमोहोर हे व्हायला वयाची पस्तिशी उलटली!

घर बांधून होताच प्रथम मी गुलमोहोराचे रोपटे पैदा केले आणि एका कोपऱ्यावर लावूनही टाकले.

काय असेल ते असो, बागेत बाकीची एवढी झाडे लावली, पण त्यात हा गुलमोहोरच तेवढा वेड्यासारखा वाढला. त्याला मोठे होण्याची घाईच झाली होती. पाच-एक वर्षांत चांगला ताडमाड वाढून वृक्ष म्हणावा एवढा झाला. फांद्यांचा प्रचंड विस्तार दिसू लागला. येणारे-जाणारे विचारू लागले, "काय हो, प्लॉट घेतला तेव्हा हा गुलमोहर होता वाटतं?"

"छे, नंतर लावला."

"हो? अरे वा! छान वाढला हं."

कोणी जाणत्याने धोक्याची सूचनाही दिली – इमारतीपासून दहा फुटांच्या आत मोठा वृक्ष असू नये. त्याच्या मुळ्या इमारत अधू करतात. मी या सूचनेकडे दुर्लक्ष केले.

अद्यापि फुलावर आला नव्हता, तरी हा पुष्ट गुलमोहर माझ्या लेखनाच्या खोलीवर छत्र धरावे, असा पसरलेला होता. पाखरांच्या पंखाप्रमाणे असलेली त्याची हिरवीकंच पाने डोळ्यांना आल्हाद देत होती. बुलबुल, मैना, साळुंखी असले अपूर्वाईचे पक्षी त्याच्या थंडगार छायेला आले आणि मंजुळ शब्द करू लागले की, माझ्या दारी हा कल्पवृक्ष उभा आहे, असे मला वाटे. अंगणात त्याची सावली होतीच; पण आजूबाजूच्या झाडांमुळे, घरामुळे तो बराचसा रस्त्यावरही झुकला होता. भर उन्हात त्याची थंडगार छाया रस्त्यावर पडे. आजूबाजूच्या बांधकामावर

काम करणारे मजूर, बाया, मुले-बाळे विसाव्यासाठी या छायेत येऊन बसत. हात उशाला घेऊन निवांत झोपही काढत. कधीमधी एखादी कोरी करकरीत गाडी या सावलीला ठेवलेली दिसे. आतल्या सीटवर ड्रायव्हर थंड झोपलेला असे.

संध्याकाळ झाली; थोडा काळोख पडला की, इतरत्र निऑन ट्युब्जनी उजळून टाकलेल्या या रस्त्यावर, गुलमोहोराची गडद छाया सुरेख आणि सोयीस्कर जागा म्हणून प्रेमिकांच्या कामाला येई. सारखे मागे-पुढे पाहात कोणी मुलगी, कोणी मुलगा या-त्या दिशेने येऊन पटकन सावलीत शिरत. आमच्या गुलमोहोराखाली एक नवे गाणे जन्माला येई.

वयाने पाच वर्षांचा झाला आणि एका मार्च महिन्यात याची पाने गळाली. वळसेदार फांद्यांचे आकार स्पष्ट दिसू लागले. मग पोपटी रंगाच्या कळ्यांचे घोस फांद्यांवर आणि फांद्यांच्या टोकाशी दिसू लागले. रोज शेकडो कळ्या उमलू लागल्या आणि बघता-बघता शेंदरी रंगाच्या फुलांनी गुलमोहराचा प्रचंड विस्तार गजबजून गेला. ऐन एप्रिल महिन्यात तर दृष्टी ठरेना एवढा हा वृक्ष फुलला.

हा पत्ता पाखरांना कसा लागला कोण जाणे; पण गडद मोरपंखी रंगाच्या फुलचुक्या, बुलबुल, मैना, कावळे यांची तोबा गर्दी होऊ लागली. कधी न दिसणारी धनछडी आणि भारद्वार ही पाखरेसुद्धा आमच्या दारी दिसू लागली.

वैभव पाहिले की, त्याभोवती मागतकऱ्यांचा वेढा पडावा, हे साहजिकच आहे. फांद्या खूप खाली होत्या. त्यामुळे रस्त्याने जाता-येता पोरीबाळी डहाळे मोडून घरी नेत. गुलमोहराची फुले नुसती पाहावीतच, झाडापासून तोडून नेऊन त्याचा काही उपयोग नाही. ती माळता येत नाहीत. फुलदाणीत ठेवता येत नाहीत का देवाला वाहता येत नाहीत, हे त्यांना कोणी सांगावे?

लहान पोरे तर फुले हाताशी येत नाहीत, हे लक्षात येताच धोंडे मारीत. धोंडे मारून झाडावरची फुले पाडावीत, असे या बालकांच्या मनात कसे येई कोण जाणे! (आपण म्हणतो, पण लहान मुलेही स्वभावाने क्रूरच असतात. मांजराचे शेपूट ओढावे, कुत्र्याला धोंडा मारावा, फुलपाखराला काटा टोचावा अशी बुद्धी त्यांना होते.)

गुलमोहरावर अशी बेसुमार फुले फुलत होती. रस्त्यावर आणि बागेत कोमेजल्या पाकळ्यांचा सडा पडत होता. जाणाऱ्या-येणाऱ्यांच्या पायांखाली मखमली पायघड्या घातल्या जात होत्या.

बरे, एकदा बहार आल्यावर थांबावे की नाही! काही हातचे राखले तर बिघडते का?

पण हा वेडा जुलै महिन्यात पुन्हा एकदा फुलला. आमच्या गुलमोहराला मोठे होण्याचे जसे वेड होते, तसे सतत पुन्हा-पुन्हा फुलण्याचेही होते.

वाळल्या फुलांचे आणि पानांचे ढीग जेव्हा छपरावर साठू लागले, तेव्हा आमच्या माळीबोवांनी विचारले, "साहेब, हा तर पत्र्यावर गेला. आत आलेल्या या

दोन फांद्या तोडल्या पाहिजेत. बाहेर रस्त्यावर वाढून द्या खुशाल.''

मी चालढकल केली. चांगले वाढलेले झाड तोडावे का? पण फांद्यांचे वाढणे थांबेच ना. मनात सारखे येऊ लागले की, वाऱ्या-वादळात कधी फांदी मोडली, तर माझ्या अभ्यासिकेचा कपाळमोक्ष होईल.

मग एकवार घट्ट मनाने मी फांद्या तोडायची परवानगी दिली. हत्तीच्या पायाएवढ्या जाडीच्या दोन लांबलचक फांद्या छाटल्या गेल्या आणि गुलमोहराचे रूपाचे बेरूपच झाले! माझ्या मनाला ही गोष्ट फार लागली.

कोणतेही झाड म्हणजे वास्तुशास्त्राच्या दृष्टीने एक कलापूर्ण बांधकामच असते. खोडाची जाडी, जागोजाग फुटलेल्या फांद्या, डहाळ्या, वरचा पानांचा विस्तार, एकंदर उंची, झाडाला मिळालेला तोल, आकार, जमिनीतल्या मुळ्यांची जाडी आणि विस्तार हे सगळे जर लक्षपूर्वक पाहिले; तर यामागे उत्तम रचना आहे, हे ध्यानात येते. एखाद-दुसरी फांदी जरी आपण तोडली, तरी हा सगळा तोल बिघडतोच.

आमचा गुलमोहर सालोसाल फुलत होता. पण त्याचे रूप आता पूर्वीसारखे देखणे राहिले नव्हते.

पुढे काही वर्षांनी कुठे जमिनीखालचा नळ फुटला आणि घरातले पाणी बंद झाले. खाजगी प्लंबर बोलावून आणला. त्याने बागेत थोडी उकराउकर केली आणि सांगितले की, हे काम म्युनिसिपालटीच्या परवानगीवाचून करता येणार नाही. कारण नळ रस्त्याखाली फुटला आहे.

झाले! मी इकडे तिकडे याला-त्याला फोन केले आणि फुटलेला नळ दुरुस्त करण्याचे काम कोणाचे, त्याचा तपास लावून त्यांना वर्दी दिली. तीन-चार दिवस घरात पाण्याचा ठणठणाट झाला. शेवटी म्युनिसिपालटीचे एक साहेब आणि तीन-चार मजूर आले. त्यांनी रस्ता उकरला. तो नेमक गुलमोहराच्या बुडाशी. बाहेरच्या रस्त्यापासून तो आमच्या पाण्याच्या मीटरपर्यंत दहा-बारा फूट खोल चर खणावा लागला. गुलमोहराच्या बुडाशी प्रचंड खोदाखोद झाली. त्याच्या लहान-मोठ्या मुळ्या छाटून-छाटून हा एवढा ढीग घातला गेला. नळाच्या वर-खाली जेवढ्या म्हणून मुळ्या होत्या, त्या तोडल्या गेल्या.

त्या दोन फांद्या गेल्या. मुळ्या गेल्या. गुलमोहराने हाय घेतली. पुढचा पावसाळा चांगला होऊनही पूर्वीसारखा तो जोमाने फुटला नाही. गडद हिरवा असा पानांचा रंग विटका झाला. पानांचा आकारही आकसला. मार्च महिन्यात थोड्या कळ्या आल्या, थोडी फुले उमलली. आमच्या गुलमोहराचे सारे वैभव नाहीसे झाले. आता आपले भरत आले, असे त्याच्या मनानेच घेतले असावे.

पुढच्या वर्षी पाने झडली. ती पुन्हा येतील, म्हणून मी वाट पाहिली; पण पाने आली नाहीत, कळ्या आल्या नाहीत, फुले फुलली नाहोत.

मी मनात म्हणालो, 'गुलमोहर वठला की काय?'

ही शंका खरी ठरली. एवढा प्रचंड गुलमोहर वठून गेला. त्याचा सांगाडा तेवढा उभा राहिला. एखाद-दुसरा होला भर दुपारच्या वेळी त्याच्या निष्पर्ण डहाळीवर बसून खिन्नपणे घुमू लागला.

मला आशा होती की, अजूनही फुटेल. लोक म्हणाले, ''अहो, वठलेले झाड दारात असू नये. हे काढून टाका!''

मी म्हणालो, ''राहू दे, वठले तरी शोभा आहे.''

कोणी एक डबाबाटलीवाला एके दिवशी दुपारी आला आणि म्हणाला, ''साहेब, रद्दी नाही, तर नाही; हे झाड तरी मला द्या. दहा रुपये देऊन माझं मी तोडून वाहून नेतो.''

मी म्हणालो, ''नाही द्यायचं.''

ऑस्ट्रेलियात मी पाहिले होते – एका सुंदर बांधलेल्या घरात अगदी प्रवेशद्वारातच एक वठलेले लहान झाड तसेच्या तस्से उभे केलेले होते. ते किती कलापूर्ण दिसत होते. मी मनात म्हणालो, 'हा गुलमोहर मी असाच माझ्या अभ्यासिकेत ठेवेन.'

चार-आठ दिवस गावाला गेलो. परत येऊन पाहतो, तर गुलमोहरचा सगळा विस्तार तोडलेला. घरच्या मालकिणीने परस्पर निर्णय घेऊन माळीबाबांना सांगितले होते, ''तुम्ही हे झाड तोडा आणि सर्पण न्या.''

विस्तार नाहीसा झाला; तरी बारा-एक फूट उंचीचे खोड, तीन फांद्या असे हे झाड अद्याप माझ्या दारात उभे आहे. तसेच मुळातून काढून अभ्यासिकेत उभे करावे का? दिल्लीला 'नॅशनल स्कूल ऑफ ड्रामा' या संस्थेत, अल्काझी या थोर नाट्यशास्त्रज्ञाची ऑफिसची खोली आहे. तिच्यात असे उभे केलेले झाड मी पाहिले आहे. पण माझा गुलमोहर फार प्रचंड आकाराचा आहे.

आता असे करावे – सरळ बुंधा आहे तो मधोमध चिरावा. चार तुकडे करावेत. सिमेंटने ओतलेले पाय करून हे चार-चार फुटांचे तुकडे त्यावर टाकावेत आणि बागेत बसण्यासाठी त्याचे बाक करावेत.

मी असेच करेन. या गुलमोहराचे सर्पण कदापि होऊ देणार नाही! इतके दिवस लक्षात आले नाही, या पावसाळ्यात आले – वठलेल्या गुलमोहराच्यापासून पाच-एक फुटावर, कोयनेल कुंपणाच्या अडचणीतून डोके वर काढून गुलमोहराचे एक पोर उठले आहे. रुजून किती काळ झाला कोण जाणे, पण आजच ते माझ्या उंचीचे झाले आहे.

असो! गुलमोहराचा वंश बुडाला असे जे वाटत होते, ते खरे नाही! जगले वाचले, तर हेही पोर पाच वर्षांत ताडमाड वाढून फुलाने बहरू लागेल.

४

पारितोषिके

हल्ली कधीमधी मी कॉलेजच्या वार्षिक स्नेहसंमेलनाला पाहुणा म्हणून जातो आणि माझ्या हस्ते बक्षिसे वाटली जातात. पन्नास-पाऊणशे विद्यार्थी-विद्यार्थिनींना ही पारितोषिके देत असताना या गुणी मुलांबद्दल मला फार आदर वाटत असतो आणि मनोमनी मी फार ओशाळलेलाही असतो. माझ्या शैक्षणिक जीवनात मला कधी एकही पारितोषिक मिळालेले नाही. खेळाबद्दल नाही, कुस्तीबद्दल नाही, अभ्यासाबद्दल तर नाहीच नाही. नाही म्हणायला एक पारितोषिक मला मिडलस्कूलमध्ये असताना मिळाले होते. शाळेबाहेरील एका गृहस्थांनी अचानकपणे वर्गात प्रवेश करून ही घोषणा केली होती. हेही बक्षीस अर्थातच अभ्यासाबद्दलचे नव्हते. आमची शाळा तेव्हा ऐन बाजारपेठेत होती. अरुंद बाजारपेठेत दोन्ही बाजूंनी वाण्यांची दुकाने होती. कापडाची, किराणा मालाची, स्टेशनरी मालाची, तेलातुपाची, गावठी दारूची, अफूची अशी अनेक दुकाने ओलांडून आम्हाला शाळेत जावे लागे. बाजारपेठेत काही दुकानांपुढे छकडा सुटलेला असे आणि एखादा बैल वाट अडवून रवंथ करीत बसलेला असे. कुठे दोन बैल असत, कुठे घोडा असे. कुठे गाय-म्हैस असे. या सर्वांतून वाट काढत-काढत आम्हाला शाळेपर्यंत पोहोचावे लागे.

पुष्कळदा आम्ही वेळेच्या आधीच शाळेपाशी पोहोचत असू आणि शाळा उघडलेली नसे. भलेमोठे कुलूप शाळेला असे. मग आम्ही शाळेपुढच्या जोत्यावर वाट बघत बसत असू. इतक्या लवकर उत्साहाने शाळेला येणारी मुले फारशी नसत.

शाळेशेजारीच एक मोठा सूर्यनमस्कार-हॉल होता. औंध संस्थानातील प्रथेप्रमाणे रोज सकाळी या हॉलमध्ये विद्यार्थ्यांनी सामुदायिक सूर्यनमस्कार घालावयाचे असत. 'ओम् ऱ्हाम् ऱ्हीम्' अशी सुरुवात करून हे पंचवीस नमस्कार होत. शेवटी –

आदित्यस्य नमस्कारान ये कुर्वन्ती दिने दिने।
जन्मान्तर सहस्रेषु दारिद्र्यम् नोपजायते।।
नमोधर्म विधानाय नमस्तेकृत साक्षिणे।
नम:प्रत्यक्ष देवाय, भास्कराय नमोनम:।।

असे म्हणून हे नमस्कार संपत. काढून ठेवलेले शर्ट आणि टोप्या घालण्याची मुलांची एकच घाई उडे.

शाळेला आणि सूर्यनमस्काराला चांगली उपस्थिती असावी, म्हणून आमच्या प्रमुख अध्यापकांनी प्रथम घंटेच्या आत जो शाळेला हजर होईल, त्याला मार्क ठेवले

पारितोषिके । १७

होते. अभ्यासात उत्तम मार्क पडण्याची ज्यांना आशा नसे, असे माझ्यासारखे विद्यार्थी हे मार्क मिळविण्यासाठी सकाळी धावत-पळत शाळेला येत. पुढे-पुढे तर शिक्षकांची परवानगी घेऊन आम्ही चार-सहा मुले या हॉलमध्येच रात्री झोपू लागलो. एक प्रपंचात न पडलेले शिक्षकही आमच्याबरोबर असत.

हॉलमध्येच झोपल्यामुळे नमस्काराला उशीर होणे, हा प्रश्नच मिटला. सकाळी साडे-सातला सूर्यनमस्कार असत.

एकदा या हॉलच्या बाहेर उन्हाला येऊन मी उभा राहिलो होतो. अजून साडे-सात व्हायचे होते. बाजारपेठेत हळूहळू दुकाने उघडली जात होती. वाण्याचे गडी दुकानापुढे सडे शिंपीत होते.

सूर्यनमस्कार हॉलला लागूनच गणू मोटे याचे किराणा भुसार मालाचे दुकान होते. रॉकेल, चुना, गूळ, ओशट तूप यांचे एकमेकांत मिसळलेले वास या दुकानातून निघून आमच्या हॉलमध्ये येत.

सकाळी-सकाळी सुस्नात असे गणू मोटे, तांबडट रंग आलेले धोतर नेसून आणि कपाळ, छाती, दंड यांवर विभूतीचे पट्टे ओढून, गुळगुळीत पाटावर येऊन बसत. तोंडाच्या मानाने नाक फारच मोठे असल्यामुळे लोक त्यांना 'गणू मोटे, नाक मोठे' असे विनोदाने म्हणत.

मालाची ने-आण करण्यासाठी आणि पंचक्रोशीतले आठवड्याचे बाजार साधण्यासाठी, मोटेबोवांनी एक चांगले तेज घोडे ठेवले होते. ते घरासमोर नेहमी ठाणबंद असे. मजा अशी झाली की, सूर्यनमस्कार हॉलच्या बाहेरच्या जोत्यावर मी ऊन खात उभा असताना समोरच्या चंद्रा तेलणीच्या घरातून एक नुकतीच चालायला शिकलेली पोर कुणाचे लक्ष नसताना, कधी रांगत, कधी चालत, मूठभर धूळ झिपऱ्यांतून कालवत त्या घोड्याच्या मागच्या पायापाशी आली होती आणि उठून उभे राहण्यासाठी आता ती घोड्याच्या पायाचा आधार घेणार, एवढ्यात माझे लक्ष गेले.

आता ते वीतभर पोर पायात आल्यावर खाण्याच्या नादात असलेले घोडे अगदी सहजच ताडकन टाप हाणणार आणि एवढ्या मोठ्या घोड्याची टाप कुठेही लागली, तरी पोरीचा चुरा होणार. झटक्याने मी पुढे झालो आणि वाव्हट्याला धरून पोरीला उचलले. रस्ता ओलांडून, तेलणीच्या उंबऱ्यात सोडले. तेवढ्यात शाळेची ठाण्ऽठाण्ऽठाण्ऽ घंटा झालीच. मी हॉलमध्ये येऊन कपडे काढले आणि 'ऱ्हाम् ऱ्हीम्' करण्यासाठी ओळीत उभा राहिलो.

सूर्यनमस्कार झाले. आम्ही वर्गात आलो. व्ही. के. देशपांड्यांचा तास होता. ते संथपणे इंग्रजी शिकवू लागले आणि दोन-पाच मिनिटे झाली न् झाली, एवढ्यात गणू मोटे यांनी वर्गात प्रवेश केला.

अंगावर भस्माचे पट्टे; कडकडीत, तांबडट धोतर असाच त्यांचा वेश होता आणि व्ही. के. सरांची परवानगी न विचारताच ते वर्गात घुसले होते. सगळ्या मुलांच्या माना दाराकडे वळल्या, तेव्हा व्ही. के. सरांनीही त्या दिशेने पाहिले, तर गणू मोटे. तेही थक्क झालेले दिसले. चष्म्यातून वर पाहात त्यांनी विचारले, ''काय?''

मोटे म्हणाले, ''तो माडगूळकरांचा व्यंका तुमच्याच वर्गात आहे का?''

'अरे बापरे, हे काय बोवा बालंट आले?' मोटे यांची काही खोडी काढल्याचे मला स्मरत नव्हते.

सर म्हणाले, ''हो, का?''

''त्याला उभा करा, मी त्याला बक्षीस देणार आहे.''

सरही आता गोंधळले.

''बक्षीस? कशाबद्दल?''

मला वाटते, 'बक्षीस' या शब्दाचा थोडा वेगळाच अर्थ सरांनी घेतला असला पाहिजे. मग मोट्यांनीच सगळ्या बाकावरून नजर फिरविली आणि मी दिसताच ते म्हणाले, ''ऊठ रे मुला, उभा राहा. सर्वांना दिसू देत.''

आता कुणाचे ऐकावे? मोट्यांचे की सरांचे? मी साभिप्राय व्ही.के.देशपांडे यांच्याकडे पाहिले. त्यांनी मानेनेच होकार दिला.

मी उभा राहिलो. बावरलो होतोच. दारात होते ते मोटे टेबलाशी येऊन उभे राहिले आणि भाषण द्यावे, तसे बोलले –

''आज या मुलानं दयाळूपणाचं एक फार नोठं कृत्य केलं आहे. एका लहान बाळाचा जीव वाचविला आहे. रांगती मुलगी घोड्याच्या पायात आली होती. स्वतः धोका पत्करून त्याने तिला ऐन वेळी उचललं. मी माझ्या घरातून पाहिलं. या थोर गुणाबद्दल मी आज त्याला हे बक्षीस देतो –''

मोटेबुवांनी कमरेला हात घालताच, आता हे काय देतात; म्हणून सर्व मुले, मी, सर, उत्सुकतेने बघत असताना गणू मोटे यांनी एक सबंध पावलीचे नाणे कडोसरीचे काढून उंच धरले. ''हे घे रे बाळ.''

फार संकोचाने मी पुढे झालो. ते नाणे घेतले. मोटेबोवांना नमस्कार केला. व्ही. के. सरांना केला. पुढे जीवनात मला प्रत्यक्ष आणि अप्रत्यक्ष अशी अनेक पारितोषिके मिळाली. चित्रपटलेखनाबद्दल, नाट्यलेखनाबद्दल, लघुकथेबद्दल, कादंबरीबद्दल घसघशीत पारितोषिके मला मिळाली. पण मोटे यांचे पारितोषिक अद्याप माझ्या आठवणीत आहे.

■

५

घाणा

जुने घर फार सोयीचे होते. मोठ्यांना तर होतेच होते, पण आम्हा मुलांनाही होते. अंगणात सुरेख निंबाचे झाड होते. संध्याकाळ झाली की, त्यावर शेकडो चिमण्यांचा गोंधळ सुरू होई. अंधार पडला आणि चिमण्यांचे डोळे आंधळे झाले की, आमची मांजरी शिकार करण्यासाठी निंबावर चढे. अंथरुणात पडून, केवळ आवाजावर तिची शिकार आम्हाला सविस्तर कळत असे.

जुन्या घरात पाकोळ्या होत्या. बाहेरच्या भिंतीत साळुंक्यांची आणि राघूची कोटी होती. घरात लठ्ठ-लठ्ठ उंदीर होते आणि त्यांची चपळाईने शिकार करण्यासाठी आम्हाला सदैव मदत करणारी चंपी कुत्री होती. मागे जुना आड होता. त्यातही चिमण्या घरे करून राहात. त्यांच्या नादाने साप आडात जाई आणि चुकून पाण्यात पडे. बोराटीची फांजर आडात सोडून त्याला शोधून काढून मारावे लागे. जुन्या घरात छान नवा सोपा होता, जुना सोपा होता. कोठीची खोली होती.

माजघरात बाळंतिणीची खोली होती. घरात भरपूर जुनेपुराणे सामान होते. मूर्ती होत्या, भांडी होती, जुने कागद होते, पागोटी होती, पिकदाण्या होत्या, जुन्या घरात म्युझियमच होते आणि विशेष म्हणजे जुन्या घराच्या बुटक्या पाठभिंतींवर पाय सोडून बसले की नाना गोष्टी दिसत. सोनाराच्या आडावर पाणी भरणाऱ्या बायका दिसत. समोर पाटलाच्या वाड्यातली गडबड दिसे. वाण्याचे दुकान आणि गिऱ्हाइकाची हालचाल दिसे. त्या तिकडे पलीकडे सुतार मेट दिसे. देवळापुढचा मोठा पार दिसे. त्यावरचा मोठा निंब आणि त्यावर बसलेले बगळे दिसत. कधी सकाळी, कधी संध्याकाळी हे सगळे बघता-बघता मजेत वेळ जाई. खिशात शेंगा, तीळ किंवा गाजराच्या फोडी घेऊन खात बसावे आणि बघावे.

विशेष म्हणजे डाव्या बाजूस विठोबा तेल्याचा घाणा चाललेला असे. विठोबा तेली आमच्या काकांच्या सोप्यात राहात असे. काका नोकरीनिमित्ताने परगावी होते. त्यांचे माजघर बंद होते. त्यात सामानसुमान टाकून फक्त सोपा तेवढा त्यांनी विठोबा तेल्याला वापरायला दिला होता. कारण घरात वावर असावा, रोज संध्याकाळी दिवा लागावा. भाडे वगैरे घेण्याची तेव्हा पद्धत नव्हती.

काकांच्या घरात लागूनच मोकळ्या जागी एक भलीमोठी बाभळ होती. खरे तर 'रानात ओघळ, घरास शिंदळ, दारात बाभळ नसावी,' असे कुणा शहाण्या शाहिराने सांगितले आहे. पण त्याच्याकडे दुर्लक्ष करून ही बाभळ लोकांनी वाढू दिली होती आणि काही वर्षांत तिचा प्रचंड विस्तार पसरला होता. बाभळीची सावली ही काही

२० । वाटा

चांगली सावली नव्हे. बाभळीची पाने केवढा लहान. त्याचं सावली ती किती दाट पडणार? त्यात पाने वाळून सारखा भुरूभुरू कचरा खाली पडतो, वाळली फुले पडतात, काटे पडतात. अडले-नडले म्हणजे कुणी बाभळीच्या सावलीला गुरे, शेरडे तेवढी बांधतात. एरवी तिचा कोणी उपयोग करीत नाही.

विठोबा तेली हा माणूसच चंट असावा. कारण उभ्या जगाने टाकाऊ ठरविलेल्या सावलीतच त्याचा तेलाचा घाणा होता. लाकडाची प्रचंड गाठ कोरून केलेला घाणा आणि त्यात लाकडाची भलीमोठी लाट. घाण्यातले तेल पिऊन-पिऊन ही लाट आणि घाणा सुरेख पॉलिश केल्यासारखा, तुकतुकीत झाला होता.

गावातले शेतकरी करडा पुष्कळ करीत. हरभऱ्याच्या पिकातच करड्याचे पट्टे असत. हा करडा काढून त्याचे पेटे रानातून पडले, म्हणजे कांड्याकुरकुच्या नावाचे परदेशी पाखरांचे कळपच्या कळप आमंत्रण पोहोचल्यासारखे येत. 'क्रॉव्ऽ क्रॉव्ऽ' असे त्यांचे ओरडणे ऐकताच घराबाहेर येऊन आभाळाकडे बघावे; तर ओळीत उडणारी, वरचेवर ओळींचा आकार बदलणारी शेकडो पाखरे दिसत. त्यांना बुजविण्यासाठी पटके उडवीत, गोफणीने धोंडे फेकीत शेतकरी धावाधाव करीत.

या पाखरांच्या तडाख्यातून वाचलेले करडे पोत्यापोत्याने विठोबाच्या घाण्यावर येऊन पडत. लाटेने चिरडले जात आणि चव्दार पिवळे धम्मक तेल आणि जनावरांनीच काय, माणसांनीसुद्धा वाटले तर खावी, अशी सुरेख पेंड तयार होई.

सुगीचे दिवस असले की, दिवसभर विठोबाचा घाणा चालत असे. कधी काळी, कोणा डोकेबाज इंजिनियरने डिझाईन केलेले ते विलक्षण यंत्र म्हणजे माझ्या बालबुद्धीला एक चमत्कार वाटत असे. सतत आवाज करणारा घाणा, गोलगोल फिरणारा, फिरता फिरताच मुतणारा तो बैल, ते विठोबा हे सारे बघत, घाण्याचे शब्दहीन गाणे ऐकत मी आपल्या बुटक्या भिंतीशी बसून राही. विठोबा तेली चांगला उंचापुरा आणि हाडापेराने बळकट होता. लाटा उचलून-उचलून आणि गोल फिरून-फिरून त्याच्या दंडाच्या बेडक्या आणि मांड्यांचे नट चांगले तयार झालेले होते. घाण्यामागे हिंडताना त्याच्या डोक्याला टापशी बांधलेली असे. अंग उघडेच. खाली धोतराचा काचा पार वरपर्यंत मारलेला आणि पुढे लंगोटीप्रमाणे एक पोत्याचा तुकडा कमरेला खोचलेला. त्याला हात पुसून-पुसून तो इतका तेलकट झालेला असायचा की, पिळला तर मापभर तेल गळावे.

घाण्याचा बैल तांबड्या रंगाचा, बुटका, थोराड आणि वेड्यावाकड्या शिंगांचा होता; तरी विठोबाने त्याचे नाव 'बादशहा' ठेवलेले होते. या बादशहाचे व आपलेही मन रिझवण्यासाठी विठोबा घाण्यामागे सुरेख गाणी म्हणायचा. सर्वात आकर्षक भाग म्हणजे घाण्याबरोबर फिरणारी दगडाची शिळा होती. चालत्या गाडीवर चढून गाडीवान जसा जुवावर बसतो किंवा मोटकरी जसा सोंदुरावर बसतो, तसा विठोबा

पटकन उडी मारून कावळा बसावा, तसा या सीटवर बसे आणि गोल-गोल फिरत राही. पण हे सुख त्याला बराच वेळ घेता येत नसे. कारण घाण्याची वरचेवर देखभाल करण्यासाठी खाली उतरावेच लागे. रगडल्या जाणाऱ्या करड्यावर पाणी शिंपडायचे असे, लाट उचलायची असे. एक ना दोन. कधी-कधी विठोबाला घरात जाऊन चिलीम ओढण्याची तल्लफ होई. मग तो ओरडून मला विचारी, ''काय कुरकुळणी, येता का घाण्यावर बसायला?''

मला तेच पाहिजे असे. ''हो, हो, आलोच.''

जादूच्या उडत्या गालिच्यावर बसावे, तसा मी त्या शिळेवर बसे आणि घाणा सावकाश गोल-गोल फिरत राही, करकरत राही. हळूहळू सगळे जगच माझ्याभोवती फेर धरून फिरू लागे. बाभळ फिरे, काकांचे घर फिरे, आमचे घर फिरे, सोनाराचा लिंब फिरे. समोरची सोडून नुसती उभी केलेली बैलगाडी, शेळ्या, कोंबड्या सगळे फिरत राही. पोटात खोल-खोल खड्डा पडे.

विठोबाची चिलीम ओढून झाली, तो पुन्हा कामावर आला, तरी मला घाणा सोडून बाजूला व्हावे, असे वाटत नसे. तोही मला मन मानेल, तितका वेळ बसू देई. पण माझ्या घरातले लोक दुष्टपणा करीत. आई किंवा आक्का किंवा काका प्रत्यक्ष येऊन मला अंघोळीला किंवा जेवायला किंवा झोपायला घेऊन जात. रात्री पासोडीत शिरून डोळे मिटले, तरी आपण घाण्यावरच आहोत असे वाटे.

त्याच वेळी मी एक महत्त्वाकांक्षा मनात पक्की ठेवून दिली – आपण मोठे झालो की, विठोबा तेल्यासारखा एक घाणा करायचा आणि मनमुराद, हवा तेवढा वेळ स्वतःच्या मालकीच्या घाण्यावर बसून गोल-गोल फिरायचे. मस्त मजा करायची! जेवायला, अंघोळीला, झोपायला जायचेच नाही.

ते बाळपण कितीतरी मागे पडले आहे. आता आयुष्य उतारावरून घरंगळते आहे. रोजच्या घाईगर्दीतून, व्यापातापातून कधीतरी एकांतवेळी विठोबाचा घाणा आठवतो. ती महत्त्वाकांक्षा आठवते. वाटते, नाहीतरी काय करतोय? घाणाच चालू आहे. त्याच त्या रिंगणातून फिरतो आहे. किती प्रगती झाली, कुठे होतो, कुठे आलो, हे आपले म्हणण्यासाठी आहे.

■

६

पटकथा : काही किस्से

एकोणीसशे अठ्ठेचाळीस किंवा एकोणपन्नास साल असावे. मी नुकताच मुंबईला येऊन राहिलो होतो. नायगाव क्रॉसरोडवर असलेल्या माधववाडीतील एका खोलीत प्रपंच थाटलेला होता. नोकरी नव्हतीच. थोड्याफार गोष्टी प्रसिद्ध झालेल्या होत्या, संग्रह नव्हता. कुठे रेडिओसाठी 'आबांची चंची' लिही, मौज साप्ताहिकासाठी 'माणदेशी माणसे' लिही, असे चालले होते. मनात सारखे येई की, देवा चमत्कार घडून माझ्या हाती जर एकदम पाच-सातशे रुपये येतील, तर प्रपंचासाठी लागते ते सामानसुमान मी घेईन. एक खुर्ची, एक टेबल, एक पुस्तकांसाठी कपाट मला हवे आहे, तेवढे मला मिळावे आणि देवाने एका सकाळी एक भला माणूस माझ्या दारी धाडला. सूटबूट घातलेल्या त्या रुबाबदार देखण्या माणसाने दारात उभे राहून प्रश्न केला, "माडगूळकर इथंच राहतात का?"

मला वाटले, हा माणूस घर चुकला. "कोणते माडगूळकर हवेत आपल्याला?"

"व्यंकटेश!"

"मीच तो... या."

गृहस्थ बूट काढून आत आले. चटईवर अवघडून बसले.

"मी केशवराव तळपदे."

"नमस्कार."

"आपल्याकडे काम असं आहे की, मी 'संत नामदेव' नावाचा चित्रपट काढणार आहे. तो आपण लिहावा, अशी माझी इच्छा आहे."

मला सर्व चमत्कार वाटला. मी प्रामाणिकपणे म्हणालो, "पण मला काही अनुभव नाही. चित्रपटलेखन मी केलेलं नाही."

"मला माहीत आहे. पण तुम्ही लिहू शकाल. मी तंत्र सांगेन. मला फक्त एवढंच सांगा की, तुम्हाला वेळ आहे का?"

"आहे. मी मोकळाच असतो."

"इच्छा आहे का?"

"हो."

"मग हरकत नाही. कथा, पटकथा आणि गाणी तुम्ही लिहायची."

"गाणी?"

"कविता लिहिली आहे ना?"

"हो, पण फार नाही."

''मग काही अवघड नाही. आता व्यवहार! सर्व लेखनाचे मी तुम्हाला सहस्त्र रुपये देईन आणि नटांना संवाद सांगण्यासाठी तुम्ही सेटवर राहा, त्याचे वेगळे देईन. तुमचा महिन्याचा घरखर्च किती आहे?''

या अवघड प्रश्नावर मी स्तब्ध राहिलो. हिशोब सांगता येण्याजोगा नव्हताच. थोडा वेळ वाट पाहून केशवराव म्हणाले, ''दीडशे रुपये धरू. तेवढे मी महिन्याला पगार म्हणून देईन तुम्हाला. मान्य आहे का?''

मी होकारार्थी मान हलविली. लगेच त्यांनी शंभराच्या दोन नोटा काढून पुढे ठेवल्या. ''हा अ‍ॅडव्हान्स. लेटर टाइप करून मी याच वेळी उद्या येईन. जाऊ?''

''बराय.'' आणि गृहस्थ निघून गेले.

'नामदेव'ची कथा लिहिण्यासाठी चरित्रात्मक माहिती आम्ही श्री. आजगावकर यांच्याकडून घेतली. त्यांच्या बिऱ्हाडी गेलो, तेव्हा आठ मांजरे आणि पाच कुत्री त्यांच्या अवतीभवती होती. ही इतकी प्रजा कशी, म्हणून सहज प्रश्न केला, तेव्हा संतचरित्रकार आजगावकर म्हणाले, ''अहो, सुरुवातीला हौस म्हणून पाळली एक मांजरी आणि एक कुत्री. त्याचा हा एवढा विस्तार झाला. सोडून कुठे देणार मुक्या प्राण्यांना म्हणून सांभाळतो आहे झालं!''

संतांच्यावर चित्रपट लिहिण्याची आपली मुळीच पात्रता नाही, असे मला त्या क्षणी वाटले, पण तळपदे यांनी मला धीर दिला.

'नामदेव'मध्ये काम करण्यासाठी उत्तम नट-नटी केशवरावांनी घेतल्या. ललिताबाई पवार होत्या, सुमतीबाई गुप्ते होत्या, इंदिराबाई चिटणीस होत्या, जयराम शिलेदार होते, विवेक होता. चित्रपटाचे शुटिंग सात महिने चालले. माझा काळ फार सुखाचा गेला. हा चित्रपट फार चालला नाही. पण मला चित्रपटलेखक करण्याचे व्रत केशवरावांनी सोडले नाही. या संतपटानंतर 'मर्द मराठा' हे ऐतिहासिक चित्र त्यांनी माझ्याकडून लिहून घेतले. आणखी खूप कल्पना त्यांच्या डोक्यात होत्या, पण ते अगदी अकस्मात वारले. मी एका उत्तम स्नेह्याला मुकलो.

'नामदेव'चे लेखन मी करावे, असे त्यांच्या मनात कसे आले, म्हणून एकवार मी विचारले, तेव्हा ते म्हणाले, ''मला संपूर्ण वेळ देणारा नवा होतकरू लेखक पाहिजे होता. चिंतामणराव कोल्हटकरांनी मला सांगितले की, तुम्ही त्या मुलाकडे जा. तो लिहील.''

यानंतर मी बऱ्याच चित्रपटकथा लिहिल्या – सुमारे पंचवीस. त्यांपैकी अठरा चित्रे पडद्यावर आली. काही चालली आणि काही पडली. नाना अनुभव आले. काही स्क्रिप्ट्स वाया गेली. म्हणजे मी ती लिहिली, त्याचे पैसेही मला मिळाले, पण ती पडद्यावर कधीच आली नाहीत. काही लोकांनी अ‍ॅडव्हान्स म्हणून हजार-आठशे रुपये

दिले आणि ते कधी माझ्याकडे आलेच नाहीत. अशा स्क्रिप्ट्सच्या बाबतीत फार पंचाईत होते. ही कथाकल्पना आपली नसते, निर्मात्याची असते. त्याचे पैसे आपण घेतल्यामुळे ती दुसऱ्यांना देता येत नाही. काम फुकट जाते. शिवाय उगीचच आपल्याला पैसे मिळाले, अशी एक अपराधी भावनाही असते. पण पुढे लगेच कोणीतरी काम करून घेऊन पैसे मात्र देत नाही आणि आपल्या मनातील अपराधी भावना नाहीशी होते.

एकदा एका निर्मात्याने माझी कथा घेतली. नी नवखा होतो, तरी माझ्याकडून पटकथा, संवादही घेतले. पण तसे नाव मात्र दिले नाही. मी 'का नाही' म्हणून विचारले, तेव्हा त्यांनी खुलासा केला की, त्या स्क्रिप्टमध्ये नामवंत लेखकाकडून दुरुस्त्या करून घेतलेल्या आहेत. त्यांचे नाव देणे धंद्याच्या दृष्टीने मला फायदेशीर होणार आहे. तुम्हाला अद्याप धंद्यात नाव नाही. मग धंद्यात नाव होण्याची मी वाट पाहात राहिलो.

एका नामवंत लघुकथालेखकाची लघुकथा घेऊन एक निर्माते आले आणि मला म्हणाले की, या कथेवर मला चित्रपटकथा लिहून द्या. ती कथा फार लहान होती. फार तर तीन-चार सीन्स होतील, एवढे प्रसंग तिच्यात होते.

मी म्हणालो, "या कथेवर पंचावन्न सीन्स लिहायचे, म्हणजे कठीणच आहे."

"ती तर कसोटी आहे."

"पण मला सगळेच घडवावे लागेल."

"घडवायचेच."

तसे मी केले. चित्रपटाचा रौप्यमहोत्सव साजरा झाल. निर्मात्यांना पैसा पुष्कळ मिळाला. पुढे एक-दोन वर्षांनी मला कळले की, या चित्रपटाचे हक्क कोणा हिंदी निर्मात्याने बारा सहस्र रुपयांना घेतले आणि ही रक्कम लेखक, निर्माते आणि दिग्दर्शक यांनी वाटून घेतली. मला विचारलेसुद्धा नाही, याचे मला वाईट वाटले. पुढे निर्मात्याची गाठ पडताच मी विचारले, "का हो, मला विचारलंसुद्धा नाही!"

तर ते शांतपणे म्हणाले, "तुमचा संबंध काय? आम्ही लेखकाला विचारले. कथा त्यांची होती."

एका निर्मात्यांनी कादंबरी आणून दिली. ती वाचून झाल्यावर मी म्हणालो, "अहो खून, जाळपोळ, भाऊ-बहिणीचा शृंगार, दरवडा असं सगळं आहे यात. लोकांनी काय म्हणून ते बघावं?"

"आम्हाला वाटतं, हे चित्र चालेल. तुम्ही सगळं नीट, गोड लिहा, म्हणजे झालं."

मोठ्या नाराजीने मी लिहिले म्हणजे तडजोडच.

कादंबरीकार नाखूश झाले. त्यांचे म्हणणे पडले की, माझी कादंबरी पार बदलली. या चित्रपटाने निर्मात्यांना सुमारे बारा लाख रुपये फायदा झाला.

निर्माते मला म्हणाले, "आता बोला."

मी म्हणालो, "आम्हाला अक्कल नाही."

आणखी एक निर्माते आवर्जून भेटले. म्हणाले, "तुमची कथा हवी."

मी म्हणालो, "स्टंट चित्रपटासाठी?"

"हो."

"मला काय जमणार?"

"लिहा तर –"

चित्रपट हिंदीत होणार होता. मी मराठीत लिहीत होतो. रोज स्टुडिओत जाऊन लिहायचे. वाचून दाखवायचे. लिहिणे अजून चालूच होते. तेवढ्यात एके दिवशी स्टुडिओत सेट लागलेला, शुटिंग चालू झालेले पाहिले. मी चौकशी केली – "हे शुटिंग कशाचे?"

"तुमच्याच चित्रपटाचे!"

"आँ? मी तर अजून लिहितोय –"

तर ते म्हणाले, "झालेले सीन्स मुनशींनी हिंदीत केलेसुद्धा. तेच चाललेत."

हा चित्रपट लागल्यावर पाहण्याचे धाडस मी केले नाही. (असे माझे पाच-सहा तरी चित्रपट आहेत की, ते पाहण्याचे धाडस मला झालेच नाही. प्रेक्षकांना बापड्यांना कल्पना नसल्यामुळे त्यांनी मात्र काही आठवडे तरी ते धाडस केले.)

आणखी एकदा मी एक चित्रपट लिहिल्यावर निर्मात्याचे म्हणणे पडले की, यातला खलनायक आणखी जास्ती खलपुरुष हवा. वास्तविक अशा वेळी मी मतभेद प्रकट करीत नाही, पण आता वाटले की नाव मिळाले आहे. करावा, म्हणून केला. म्हणालो, "एवढा पुरेसा आहे."

निर्माते निघून गेले आणि त्यांनी चक्क एका विनोदी नटाकडून आपल्याला हवा तो बदल करून चित्रपट केला आणि लावलाही. शिवाय त्या नटाचे नावही माझ्या बरोबरीने दिले. आपल्याला नाव मिळाले आहे, हा माझा गर्व साफ उतरला!

आणखी एका मान्यवर निर्मात्यांनी माझी कथा घेतली आणि बऱ्याच दिवसांनी मला लिहिले, "स्क्रीन प्ले तुम्ही लिहा, पैसे देऊ. नाव वाटले तर देऊ."

मी नम्रपणे नकार दिला. पण या बाणेदारपणाचे बक्षीस म्हणून ही कथा पडद्यावर कधीच आली नाही. कुजलीच.

मला वाटते, चित्रपटकथा – तडजोडी, घडामोडी काही किस्से एवढे पुष्कळ आहेत. थोड्यात गोडी.

मी कुणाची नावे मुद्दाम सांगितली नाहीत. कारण नावे दिली की, लोक रागावतात आणि फार लोकांचा राग ओढवून घेणे काही सुखाचे नसते.

माणसाने सुख पाहावे!

■

७

रायफलची विक्री

अखेर इतके दिवस वापरलेली माझी पॉइंट–टू-टू रेमिंग्टन रायफल मी विकून टाकली. माझ्या लेखनाच्या खोलीतच ती टांगलेली असायची. ती जागा आता सुनी, ओकीबोकी दिसते. चांगले सुरेख हत्यार होते. पंधरा-सोळा वर्षांपूर्वी मासिकांतून कथा लिहून आलेले पैसे मी जमविले. सुमारे नऊ कथांचा मोबदला एकत्र केला आणि सहा बार लागोपाठ मारणारी ही मिनेचर रायफल खरेदी केली, तेव्हा केवढा आनंद मला झाला होता. या रायफलचे लायसेन्ससुद्धा केवढ्या प्रयत्नाने मी मिळविले होते. प्रथम अर्ज केला आणि कलेक्टरकडून तडकाफडकी लिहून आले की, या जिल्ह्याचे तुम्ही रहिवासी नसल्यामुळे तुम्हाला बंदुकीचा परवाना देता येत नाही.

माझा अभिमान दुखावला. का देता येत नाही? या स्वतंत्र भारताचा नागरिक म्हणून एका हत्याराचा परवाना मला का मिळू नये? लगोलग नीटनेटका पोशाख करून मी कलेक्टर कचेरीत गेलो आणि ओळखी काढून दुय्यम अधिकाऱ्यांना भेटलो. ते मान हलवून म्हणाले, ‘‘एकवार तुम्हाला नकार मिळाला आहे. पुन्हा होकार मिळणे कठीण आहे; पण साहेबांना भेटा.’’

तेव्हा पिंपुटकरसाहेब होते. त्यांच्याकडे माझे कागदपत्र गेले आणि जराशाने बोलावणे आले. मी जाऊन पुढे उभा राहिलो. नमस्कार ठोकला.

साहेब म्हणाले, ‘‘तुमच्या व्यवसायाला हत्याराची गरज आहे, असे वाटत नाही.’’

मी नम्रपणाने म्हणालो, ‘‘मी मराठी भाषेत लिहिणारा लेखक आहे. लहानपणापासूनच मला शिकारीची फार आवड आहे. बंदूक पाठीवर टाकून रानंवनं धुंडावीत आणि त्यावर लिहावं, असं फार वाटतं.’’

साहेबांनी एकवार मला नीट पाहिले. चांगला धष्टपुष्ट दिसलो, हातात बंदूक शोभावी असा. गंभीरपणे कलेक्टरसाहेब म्हणाले, ‘‘बघू, विचार करू.’’

घरी परत आलो आणि दोनच दिवसांनी मला परवाना मिळाला.

लगोलग बाजारात जाऊन मी दोनशे वीस रुपयांची रायफल आणली. त्याअगोदर डायना नावाच्या एअरगनवर हात बसलाच होता. थोडा सराव केला आणि ही रायफलही हातात आली.

मग सुट्टी काढून मी माडगूळला गेलो. तात्यांनी रायफल आणली आहे, ही बातमी लगोलग गावात पसरली आणि माझे सगळे खेळगडी जमा झाले. ईश्वरा, गोंदा, बापू ही रामोशाची पोरे हरकून टूम झाली. यापूर्वी आमच्या लहानशा गावात

२८ । वाटा

ही किमया कोणी केली नव्हती. फार पूर्वी कधी या पोरांच्या वडिलांनी तोड्यांची बंदूक चालवून हरणे मारली होती. एरवी वाघरी लावून ससे धर, फासे लावून चित्तुर, पकुर्ड्या धर, नाहीतर गलोरीने होले, पारवे मार यापलीकडे कधी पोरांची शिकार झाली नव्हती.

पंधरा-एक दिवस मी आमच्या रानातल्या झोपडीवर मुक्काम टाकून होतो, पण एक दिवस काही सुना गेला नाही. रोज कुठे ना कुठे म्हणून जायचे. माणदेशातल्या त्या उजाड मुलखात शिकार असणार काय; पण कधी माण नदीला जाऊन ढोक पक्षी मार, कधी चौगुल्याच्या मळ्यात जाऊन पारवे मार, तर कधी बुद्धयाळच्या तलावावर जाऊन पाणकोंबड्या मार, असे चालू झाले. शिकार एवढीच, पण पोरांचा घोळकाच्या घोळका दशम्यांची गाठोडी घेऊन माझ्याबरोबर निघायचा, कुत्री निघायची. कधी माळावर कोल्हे उठायचे, ससा उठायचा शिकारीची धमाल उडायची.

मग पोरांबरोबर उमा रामोशी, मार्तंडा मांग, आबास मुलाणी असली जाणती माणसेही निघू लागली. जवळपासची राने धुंडता-धुंडता लोटेवाडीच्या कुरणात जावे, असा बूट निघाला. कारण तिथे चार हरणे आहेत, अशी बातमी उमाला लागली होती. मग बैलगाडी, चहाचे सामान, रात्री मुक्काम करावा लागला तर असावा म्हणून कंदील, अशी जय्यत तयारी झाली. पाच-पंचवीस माणूस लोटेवाडीच्या कुरणात जाण्यासाठी निघाले. भल्या पहाटे आम्ही वाटेला लागलो. श्रावणाचा महिना होता. त्यामुळे सगळे कुरण हिरवेगार होते. उन्हाचा तापही फारसा वाटत नव्हता. लगोलग जागा धरून फरा काढला. मला एका हुकमी वळणावर उभे करून उमाजी म्हणाला, "तात्या, आम्ही वाट्टेल ती खटपट करून आज हरण तुमच्या पुढ्यात आणतो. तुम्ही हलू नका या जागेवरनं."

केवढे अफाट कुरण ते! कुठे डोंगर नाही, टेकडी नाही. पहावे तिकडे हिरवेगार गवत आणि एवढी-एवढी लहान झुडपे. या सगळ्या खटाटोपातून हरणे नेमकी माझ्या पुढ्यातच कशी येणार?

पण उमाजीने सारे कुरण चाळले. हरणांच्या खुरांचे माग पाहिले आणि हुशारीने दुपारी बारा-एकच्या सुमाराला हरणे उठवली. 'आली आली तात्या,' असा ओरडा झाला आणि माझ्यासमोर सुमारे पंचवीस तीस यार्डांवरून तडातड उड्या घेत चार हरणे आली. मी रायफल उचलून सहा-सात बार घातले. पण वाटाणे अंगावर पडावेत, तसे टूटूचे दाणे तुफान वेगाने पळणाऱ्या हरणांवर पडले असावेत. एकही हरण पडले नाही. चारीही हरणे कुठल्या कुठे दूर निघून गेली.

पुढ्यात आलेली शिकार हुकली. केवळ हत्यार जवळ असले की, शिकार होत नाही, हा धडा मिळाला. त्यानंतर आम्हाला आलेली निराशा केवढी दारुण होती! दमून गेलेली पोरे उघड्या रानातच पसरली. खाण्यापिण्यावरसुद्धा त्यांचे मन जाईना.

मीही फार हिरमून गेलो. आज आहे ती जाण त्या काळी असती, तर पॉइंट–टू-टूसारखी रायफल घेऊन हरणांच्या शिकारीला मी गेलोच नसतो. गेलो असतो, तरी सावधगिरीने एवढी माणसे बरोबर नेली नसती आणि त्या सगळ्यांना चालण्याचे एवढे श्रम देऊन घोर निराशेत पाडले नसते. पण या मूर्खपणातही केवढी मजा होती. चार वाजताच तसल्या कुरणात आबासभाईने चूल पेटवून चहा केला. झाडाखाली बसून तो चहा पिताना 'अमृत... अमृत' म्हणतात ते हेच, असे वाटले. चहा झाल्यावर कोणीतरी भराभर मक्याची कणसे जाळात भाजली, गोलाकार बसून, हास्यविनोद करीत त्या कणसाचे बिरमुटे केव्हा झाले, हे कळले नाही. हातातून गेली होती, ती शिकार मनातूनही गेली आणि सगळ्या पायपिटीला सहलीचे स्वरूप आले.

रायफल होती तोवर मी अशा सहली ही किती केल्या. त्या सगळ्या पोरांचे केवढे प्रेम मिळविले. त्यांच्याकडून किती शिकलो – मातीतले शहाणपण शिकलो. भाषा शिकलो. अगदी तळातले जीवन पाहिले.

अलीकडे काही वर्षे बाकीच्या उद्योगधंद्यातून मला माडगूळला जाणे जमत नव्हते. रायफल घरी पडूनच होती. तिला घासून-पुसून तेलपाणी देणेही मला जमत नव्हते. एखाद्या गोष्टीचे ओझे झाले की, ते माणूस कुठेतरी बोलतोच, तसे मी बोललो आणि घरी गिऱ्हाईके सुरू झाली. किमतीविषयी घासाघीस सुरू झाली. अखेर मी ती रायफल येईल त्या किमतीला विकून टाकली.

विकली खरी; पण एखाद्या जुन्या इमानी नोकराला कामावरून काढून टाकल्यावर मालकाला व्हावे, तसे दु:ख मला झाले. मूळ किमतीपेक्षा पाचपट अधिक किमतीच्या नोटांचे पुडके हातात येताच, आपण लोभी आहोत, असेही वाटले. लाज वाटली, पण नाहीतरी मी काय बरे करणार होतो? रायफल पेन्शनीत थोडीच काढता येते?

आता माडगूळला कधी गेलो, तर मोकळ्या हाताने जावे लागेल. पण ती पोरे तरी आता कुठे राहिली आहेत? तो गोविंदा रामोशी बापडा आता पार म्हातारा झाला आहे, थकला आहे. खडतर जीवनाशी झगडता-झगडता, प्रपंचाचे गाडे ओढता-ओढता तो आबास, तो लव्हार, तो बापू, तो मार्तंडा हे सगळेच आता थकून गेले आहेत. माझ्याबरोबर रानोमाळ हिंडण्याची त्यांची उमेद आता राहिली नाही. त्यांची उमेद, तारुण्य, ईर्षा सगळेच संपून गेले आहे. इतके सगळे गेले, त्यात माझ्या मिनेचर रायफलचा काय हिशोब?

८

नाही मला, नाही तुला

पुणे शहरातील डेक्कन जिमखान्यावर 'इंटरनॅशनल' दीक्षितांच्या समोर आता जी नवी दुकाने पानशेतच्या पुरानंतर उठलेली आहेत, त्या रांगेलाच मानेअण्णांचे लहानसे दुकान होते. कांदे-बटाटे, कोबी, फ्लॉवर, वांगी, दोडके असल्या गावरान आणि विलायती भाज्या दुरड्याबुट्ट्यांतून भरायच्या, वरचेवर पाणी मारून ताज्या ठेवायच्या आणि चार-दोन आण्यांच्या मिळकतीने गिऱ्हाइकांना ओपायच्या, हा मानेअण्णांनी पोटासाठी पत्करलेला व्यवसाय.

हे दुकान फार भरभराटीला कधी आले नाही. कारण दुकानावर बसून पै-पैसा जोडण्यऐवजी खांद्यावर बंदूक लटकावून डोंगर-राने वेंघण्याचा नाद मानेअण्णांना होता. त्यांच्या अंगात हातधुलाईचा मळकट रंगाचा अंगरखा असे. खाली मंडई फॅशनची रुंद, पण तोकडी विजार असे आणि डोईला बसकी पांढरी टोपी असे. दुकानावर बहुतकरून त्यांचे कुटुंबच दिसे. कुणी चौकशी केली, तर हसतमुखाने पदर सावरत उत्तर मिळे, "हायेत की. निजल्यात दुकानाच्या मागल्या बाजूला. काल राती सशाला गेलते ना! पाटं आले माघारी."

मान्यांचे डोळे मुळातच पुढे आणि मोठे होते. त्यात सतत जागरणामुळे ते तांबडेलाल दिसत. आळसटल्या चेहऱ्याने कधीमधी ते दुकानातल्या पाटावर विडी ओढत बसलेले दिसत.

"काय मानेअण्णा!" म्हणून आपण दुरून हाळी दिली, म्हणजे ठसकत म्हणत, "निवांत हाय, निवांत."

"गेला होता काय अलीकडे कुठे?"

"जाऊ या की, या रविवारी घोटवड्याला. डुकराची बातमी आलीय."

कधी घोटवड्याहून, कधी चांद्यानांद्याहून, कधी खानापुराहून, तर कधी मुळशी धरणापलीकडून मानेअण्णांकडे जनावरांच्या बातम्या यायच्या. कधी सायाळ, कधी भेकर, कधी डुक्कर, तर कधी डोहातले मरळ मासे.

त्यांच्या दुकानात मिरच्या-कोथिंबिरीची जशी कधी वानवा नसे, तशी या बातम्यांचीही नसे.

थोडे अंतर टाकून कोपऱ्यावर आले की, मान्यांचे जोडीदार खोडे यांचे शिलाईचे दुकान होते. अंगाने अगदी किरकोळ, उंचीने बेताचे आणि नेहमीच कपड्यांचे माप दीड इंच जास्ती ठेवू म्हणणारे, पण गिऱ्हाइकांशी फार कमी बोलणारे खोडेमामा हेही शिकारीचे फार शौकीन होते.

नाही मला, नाही तुला । ३१

खोडे आणि माने ही जोडगोळी डबलवारी बंदुका पाठीला लावून सायकली हाणीत, नाही तिथे जात. रात्री-अपरात्री वाटाण्याच्या पिकावर, डोंगरातल्या पाण्यावर बसत आणि एखादा रानडुक्कर ठोकत किंवा सकाळी-दुपारी नदीकाठी झाडावर बसून डोहातला दोन-तीन किलो वजनाचा मरळ मारून दोन्ही घरचा रात्रीचा सालना मिळवीत.

मी, मुकुंदराव चव्हाण, शिवाजी चव्हाण, शेतकी खात्यातले शेट्ये आणि ही माने-खोडे जोडगोळी असे मिळून एकदा डुकराच्या बातमीवर गेलो. मला वाटते, बोरसे नावाचे आणखी एक गृहस्थही असावेत आणि माळकरी असून शिकार करणारे कोथरूडचे निंबाळकरही असावेत. ते बोलताना 'बहुशा' हा शब्द फार वापरत, म्हणून आम्ही त्यांना 'बहुशा निंबाळकर' म्हणत असू.

आम्ही दोघेतिघे नवशिके होतो. खरे म्होरके म्हणजे मुकुंदराव. जंगलचा त्यांचा अनुभव मोठा. शिकारीच्या नादात मरून पुन्हा जगलेले.

एकदा एकटे शिकारीला गेल्यावर नागावर पाय पडला. साहजिकच तो उलटून पायाला चावला. यांनी प्रथम बार घालून त्याला मारले. नागच आहे याची चौकशी केली, खात्री करून घेतली आणि मग खाली बसून कमरेच्या चाकूने दंश झाला होता, त्या ठिकाणी भराभरा चिरण्या पाडल्या, रक्त वाहू दिले. जवळचे काडतूस फोडून त्यातली दारू त्या जखमेवर टाकली आणि काडीने पेटविली. इतके करूनही विष बाधलेच. काही महिने हॉस्पिटलमध्ये पडून राहावे लागले. मरण चुकले, पण शिकार सुटली नाही. ती शेवटपर्यंत चालू राहिली. शिकारीइतकाच मुकुंदरावांना 'चार मिनार' आणि हातभट्टीचा नाद होता.

बेत असा ठरला की, रात्री जेवणाचे डबे घेऊन लोकलने निघायचे. पुणे-मुंबई रेल्वे मार्गावरच्या घोरावाडी स्टेशनवर उतरायचे. तिथून पायीपायी, अमुकतमुक खेड्यात पोहोचायचे. रात्री चावडीत मुक्काम करायचा. भल्या सकाळी डोंगरात जायचे. दिवसभर खेळायचे आणि खेळ संपल्यावर पुन्हा लोकलने पुण्याला परत यायचे.

खाकी कपडे, तोस्ताने, बंदुका, हॅवरसॅक्स असा जामानिमा करून निघालो. लोकलमध्ये गप्पागोष्टी करता-करता दीड तास उडाला आणि घोरावाडीला पोहोचलो. रेल्वेतून उतरून, रानातून जाणारी पायवाट धरली. पिकांचे वास हुंगत आणि रानाचा वारा पीत वाट कातरू लागलो. बघता-बघता दिवस मावळला. गाव येता येईना. चालून-चालून कंटाळा आला. 'या हितं – या हितं –' म्हणत-म्हणता गाव लांबतच गेले.

लहानशा खेडेगावात पोहोचलो, तेव्हा दिवेलागण होऊन गेली होती. गावच्या चावडीत उतरायला जागा होती, पण उजेड नव्हता. मागामाग करून एक कंदील

मिळविला. कोणीतरी विहिरीवरून घागर भरून आणली. चालून-चालून कंटाळलो होतो. चावडीत बसून डबे उघडले. जेवलो आणि अंगातले खाकी कपडे न काढता, सोबत आणलेली पांघरुणे अंगावर घेऊन गावकऱ्यांनी दिलेल्या घोंगड्यावर पडलो. काही जण गडद झोपले. मी, निंबाळकर, मुकुंदराव तळमळत राहिलो. चावडीत चावरे बेसुमार होते. डास तर होतेच; पण पिसवा होत्या आणि ढेकूणही होते.

निंबाळकर म्हणाले, ''हे डास बहुशा ऐतिहासिक आहेत. एकेक पोपटाएवढा आहे.''

चावडीच्या जमिनीची टेंगळे पाठीला रुतत होती. शेणाने सारवलेल्या भुईचा आणि घोंगड्याचा वास येत होता. गावातली कुत्री भेंड्या लावून भुंकत होती. अशा सगळ्या वातावरणात झोप कधी लागली, पहाटेचे गार वारे सुटून कोंबडा केव्हा आरवला, याचा पत्ता लागला नाही. अजून अंधार आहे तोवरच शिवाजी ओरडला, ''चलो भाई, लोटापरेड को!''

लोटापरेड होईतोवर तीन दगडांची चूल मांडून चहा तयार होता. दोन-दोन ब्रेडचे तुकडे आणि चहापाणी झाले. दिवस उगवायच्या आत आम्ही गावाबाहेर पडलो.

गावकरी म्हणाले, ''आम्ही आलोच साहेब. तुमी व्हा पुढं. हा पूर्वेला डोंगूर हाये ना, हांग तिथंच खेळायचं.''

आम्ही निघालो. मी, शिवाजी, शेट्ये असे झपाट्याने पुढे निघालो. दिशा उजळून लालभडक सूर्यदेव पूर्व बाजूला झळाळू लागला आणि लांबवरचा डोंगर दिसला. आमची फार निराशा झाली. डोंगर जवळजवळ भुंडाच होता. नाही म्हणायला कुठेकुठे खोलगट भागात हिरव्या झुडपांचे पुंजके होते. आम्हाला वेगळी झाडाझुडपांची गजबजलेली हिरवीकंच राने बघायची सवय होती. 'या डोंगरावर डुकरे उठणे महाकठीण काम,' असा निर्णय आम्ही घेऊन टाकला.

मग दोन तुकड्या केल्या. चार जणांनी थेट समोर डोंगर चढावा, चार जणांनी पायथ्याकडून आडवे होऊन मग चढावा, असे ठरले. माझ्या अंगाचा बोजा तेव्हा एकशेबहात्तर पौंड होता. साहजिकच मी थेट डोंगर चढणे टाळले आणि शेट्ये आणि शिवाजी यांना घेऊन पायथ्याला जाऊ लागलो. पायथ्याशी जाताच बाभळबोराटीची, मुरमुरीटीची झुडपे दिसली आणि नुकतेच जागे होऊन आवाज टाकणारे पांढरे होले दिसू लागले. अंगे फुगवून ते डहाळ्याडहाळ्यांतून बसून होते आणि एक का दोन? कुस्त्या किंवा तमाशाला फार गर्दी झाली, म्हणजे माणसे जशी झाडाझाडांवर लटकून बसतात, तसे झाडाझुडपांतून चारसहा-चारसहा होले घुमत होते : 'घुघूऽऽऽघू!''

सकाळच्या शांत वेळी सगळे रान होल्यांच्या घुमण्याने भारून गेले होते.

पुन:पुन्हा आम्ही समोरचा आणि डाव्या अंगाचा डोंगर बघत होतो आणि एकमेकांना म्हणत होतो, "ही जागा काही शिकारीची दिसत नाही. या भुंड्या डोंगरात जनावर राहील कसं?"

"मग?"

"मग काय? अनेक वायफट ट्रिपपैकी हीही एक!"

"मग रात्रीचा सालना? का डाळभात खायाचा हितं?"

येताना काही शिधा आम्ही घेऊन आलो होतो. डोक्यावर हॅटप्रमाणे घालून दोन-तीन पातेलीही आणली होती. आज मुक्काम करण्याची वेळ आलीच, तर पिठले-भात करून खावा लागणार होता.

मी शिवाजीला हळूच विचारले, "सहा नंबरचा छरा, दोनदोन-तीनतीन होले एकत्र बघून टाकू या का? डझन-दीड डझन पठाणी होले घावले, तरी रात्रीच्या जेवणाला कोरड्यास होईल!"

काडतुसाचा भाव आजच्यासारखा तेव्हा आभाळाला टेकलेला नव्हता. 'एल.ए.'ची काडतुसे चाळीस रुपये शेकडा मिळायची. शेट्ये साशंक होते. बाराने उगीच रान डिस्टर्ब होईल, असे त्यांचे मत. पण मनात येताच आम्ही होल्यांवर दोन-तीन बार टाकले. समोर डोंगर असल्यामुळे ते तीनही बार अनेक प्रतिध्वनी करीत धडामधुम वाजले. तोफांना बत्ती द्यावी तसे.

बारासरशी खाली पडलेली पाखरे आम्ही उचलतो न उचलतो तोच, वर डोंगरात असलेल्या लोकांचा मोठा कालवा ऐकू आला आणि पळापळ झाली. फटाक्याचा सर उडावा तसे बारही ऐकू आले. आम्ही गोंधळून ऐकत उभे राहिलो, तर गवंडावर उभा राहून आमच्यापैकी कोणी गडी आरडला, "आली आली! तुमच्या अंगावर आली बघा!"

प्रकार असा झाला होता की, रात्रभर खालच्या वावरात चरून, पहाटे मजेने खेळत, डोंगर चढून जाऊन, जाळीत विसावलेली डुकरांची एक सारच्या सार आमच्या बारांमुळे अचानक उठली होती आणि सैरावैरा धावणाऱ्या सारीमागे गावकऱ्यांची कुत्री लागली होती. पळणाऱ्या सारीवर आमच्या बेसावध शिकाऱ्यांनी 'हुकू-चुकू' बार घातले होते. ते बायबार कानाजवळ वाजताच मादी एकीकडे, दोन-चार पिल्ले एकीकडे आणि एक सुळेवाला डुक्कर तिसरीकडेच अशी सगळी दाणादाण उडाली होती.

कुत्र्यांचा कालवा, डुकराचे पिल्लू कुत्र्यांनी धरल्यामुळे त्याचे केकाटणे, धडाधड वाजलेले बार आणि गावकऱ्यांनी केलेला गजर यामुळे शेट्ये आणि शिवाजी भराभर डोंगर चढू लागले. ही चपळाई मला जमण्यासारखी नव्हती. म्हणून मी वर बघत पायथ्याशीच उभा राहिलो.

मोठा डुक्कर चढणीला लागला होता, तो मला खालून दिसत होता. त्याला हेरून शिवाजी गवंड पार करून गेला आणि लांबवरच्या डुकरावर त्याने रायफलने बार घातला. त्यासरशी पाठीवर उलटा होऊन डुक्कर खाली घसरला. क्षणभर भुईवर पडल्यासारखा दिसला आणि पुन्हा नेट घेऊन आडवा पळत नजरेआड झाला. तो बारानेच उलटा झाला की, पायाखालचा धोंडा सटकल्यामुळे फापलला, हे शेवटपर्यंत कळले नाही.

आईपासून भटकलेली दोन पोरे, वार खाण्याआधी कुत्र्यांनीच पुरी केली. बाकी दोन पोरे कुठे, कशी सटकली राम जाणे! 'ग्येलं... ग्येलं, धरलं... धरलं, पाडलं... पाडलं,' असा एकच कालवा होत राहिला.

एवढ्यात कुणीतरी माझे नाव घेऊन ओरडले, "आलं... आलं! तुमच्या अंगावर! हाना बगा!"

मी बघितले, तर वघळ धरून भलेदांड डुक्कर खाली येत होते.

समोरासमोर होतो तो मी आडवा झालो. झुडपाआड होऊन तयारीत राहिलो. झुपाटाच्या आडोशाने दबत-दबत पुढे सरकणाऱ्या डुकराचे मुस्काट झुडपांतून थोडे पुढे येताच मी 'एल.जी.'चा बार टाकला. तो नेम्का मानेत बसताच डुक्कर आडवे झाले. पाय झाडून केकाटत राहिले. मी धावून पुढे गेलो आणि डोक्यात नेम धरून दुसरा बार टाकला. त्यासरशी ते धूड थंड झाले.

एवढ्यात वरही दोन बार झाले. कुत्री ओरडली. माणसे गागली. मी मनात म्हणालो, आता आणखी काय झालं?

कशी कुणाला ठाऊक, पण या कालव्यात कुत्र्यांनी एक सायाळ उठवली होती. बिळातून बाहेर पडलेली सायाळ काटे फिस्कारून फुटबॉलसारखी मागे-पुढे, बाजूला फिरली आणि दोन कुत्री जायबंदी झाली. मानेत काटे घुसल्यामुळे 'क्यँव-क्यँव' ओरडत बाजूला पळाली. त्यांच्या मालकांनी बोब ठोकली. शाबूत होती, ती कुत्री जीव तोडून भुंकू लागली. आमच्यापैकी कुणीतरी बार टाकले आणि सायाळ पाडली. मागून माहीत पडले की, बहुशा निंबाळकरनी बार टाकले होते. ही शिकार अगदी अनपेक्षित होती.

'जंगल लोर' या आपल्या ग्रंथात विख्यात शिकारी जिम कॉर्बेट यांनी सायाळीविषयी फार गमतीदार माहिती दिली आहे. सायाळीच्या मागल्या बाजूला काटे असतात. हे बुटके, जाड आणि पेल्यासारखे उघड्या तोंडाचे असतात. हे पेले घेऊन सायाळ पाण्यात शिरते आणि पेले पाण्याने भरून आपल्या बिळात शिरते. धुरोळ्याने भरलेल्या, उकाड्याने गदमदणाऱ्या आपल्या घरात या पाण्याचा सडा टाकून सायाळ थंड करते.

सायाळीची शिकार करायची, म्हणजे रात्री दहाच्या पुढे बिळे हेरून डोंगरात

बसायचे किंवा बिळाशेजारच्या हरभऱ्या-वाटाण्याच्या पिकात बसायचे. हरभरा, वाटाणा किंवा कंदमुळे खाणारी सायाळ ही शिकाऱ्याच्या दृष्टीने फार चवदार डिश असते. सायाळ सहसा मिळत नाही. फार खटाटोप करावा लागतो.

शिवाजीने उलट्या पाडलेल्या डुकरामागे तो आणि काही गावकरी गवताला भांग पाडत लांबवर गेले. इथेतिथे माग लागला, पण डुक्कर दिसला नाही. खाली बरेच मळे होते, पिके होती. त्यात शिरून तो बेपत्ता झाला.

आता, सकाळी पाखरांच्या आवाजांनी भरून गेलेले जंगल उन्हाने रखरखू लागले होते. पाडलेल्या डुकरावर नजर ठेवून मी गवताची काडी चघळत झुपाटाच्या सावलीला बसलो. बारा वाटांनी फुटलेली मंडळी आता केव्हा गोळा होतात, याची वाट बघत राहिलो. भूक अतोनात लागली होती. खावे असे जवळ काहीही नव्हते.

मी हरकलो होतो. कारण हा माझा पहिला डुक्कर होता. पुण्यातल्या माझ्या मित्रांनी अनेकवार मला म्हटले होते की, "एवढा शिकारीला जातोस. रानडुकराचा फरा एकवार आम्हाला दे ना आणून." या मित्रांत काही साधीसुधी माणसे होती; तसे मुंबईचे चित्रकार दलाल होते, कवी बा. भ. बोरकर होते. दलालांना मुंबईला फरा कसा पाठवायचा, हा प्रश्न होता. पण पुण्याला गेल्या-गेल्या वाटेतच बोरकरांकडे एक फरा द्यायचा, या विचारानेच मी सुखावलो. बाळ सामंत, ग. रा. कामत, बाळ चितळे ही मित्रमंडळी माझ्या शिकारवेडाची बरीच चेष्टा उडवत. हा जातो आणि नेहमी हात हलवीत माघारी येतो, याच्या नुसत्या गोष्टींचीच चव आम्ही घ्यायची, प्रत्यक्ष शिकार काही कधी खायला मिळत नाही, अशी त्यांची तक्रार होती. होले, पारवे, फार-फार तर लांडोरी आणि ससे यांपलीकडे मला अजून शिकार मिळालेली नव्हती.

सूर्य माथ्यावर आला. ऊन सणसणू लागले आणि हळूहळू एकेक जण घामाघूम होऊन खाली उतरला.

कुत्र्यांनी मारलेली दोन हलकी डुकरे, मी मारलेली मोठी मादी आणि बहुशा निंबाळकरांनी बार घातलेली एक सायाळ अशी सगळी मिळून शिकार होती. काठ्या कुऱ्हाडी आणि 'ल्हा-ल्हा' करणाऱ्या जिभांची चोपलेली कुत्री घेऊन गावकरीही जमा झाले. वाटावाटी कशी करायची, याचा वाद सुरू झाला.

गावकऱ्यांचे म्हणणे होते की, हलकी दोन डुकरे त्यांच्या कुत्र्यांनी मारली आहेत. ती त्यांचीच. यावर मानेअण्णा म्हणाले, "असं वावगं का पाटील? एक पोर निव्वळ कुत्र्यांनी मारलं, पन दुसऱ्यावर पयले आम्ही बार घातले. ते भुईवर लोळल्यावर मंग तुमची कुत्री बोकांडी डसली."

"आन सायाळ?"

खोडे म्हणाले, "ती तर आमीच मारली."

"मग आमच्या कुत्र्यांनी काटं अंगात घेतलं ते फुकाच का? त्या दोन कुत्र्यांकडे बघा की, बोट-बोट काटं घुसलं हुतं त्यांच्या मानंत. मेली असती जागच्या जागी! मंग आमाला ही शिकार केवड्याला पडली असती?"

"मग तुमचं म्हणणं काय?"

"आमचं म्हणणं सरळ हाय. ही इतकी मानसं, कुत्री हैत. यांना सर्व्यांना घास घास पायजे का नको? दोन पिली आन् ही सायाळ आमी घेतो. तुम्ही मोठ्या डुकराचं चार फरं काढून घ्या आनि बाकी डुक्कर आमच्या हवाली करा."

ही वाटणी कुणालाच पटली नाही.

मुकुंदराव रागाने ओरडून म्हणाले, "चार फरं तरी कशाला देता? तेबी तुमीच घ्या की! आमी उपाशीतापाशी जातो पुन्याला माघारी! काय राव दानत तुमची!"

"तुमच्या गावी आम्ही पाव्हणे. आम्हाला जेवूखाऊ घालाल का, आमच्या पुढचं ताट काढून घ्याल?"

"पाव्हणे म्हणून तुमी आमच्याकडे आनखी धा रोज या ना जेवायला. आमी घरवाले लोक आहोत. पण ही वाटणी रीतीनं झाली पाहिजे. शिकार म्हंजे इरंसरीचं काम आसतंय."

चांगला काथ्याकूट सुरू झाला. मी वैतागून गेलो. भयंकर भूक लागली होती. सकाळी मारलेले, सोलून पिशवीत टाकलेले पाच होले घेऊन मी आणि शिवाजी बाजूला गेलो. काटक्याकुटक्या जमविल्या, जमावापासून बरेच लांब एका ओघळीत बसलो. जाळावर धरून होले बऱ्यापैकी भाजले आणि मटकावले. त्या वासाने कावरीबावरी झालेली गावकऱ्यांची कुत्री आमच्या दिशेने तोंड वळवून भुंकत होती. वॉटरबॉटल्समधले पाणी ढोसून मी म्हणालो, "आता यांचा कज्जा संपायला दिवस मावळला, तरी आमची काही हरकत नाही."

लवकरच आम्हाला इशारतीच्या शिट्ट्या ऐकू आल्या. सावली बघून वाळूत लवंडलो होतो, ते उठून आम्ही पहिल्या जागी आलो, तर मंडळी उठली होती. शिकारी चारी पाय बांधून दांडक्याला अडकविल्या होत्या. डुक्कर, सायाळ आमच्याच मंडळीच्या – म्हणजे खोडे, माने, शेट्टे, मुकुंदराव यांच्याच खांद्यावर दिसली. म्हणजे कज्जाचा निकाल लागलेला नव्हताच. दोन्हीही पक्षांची मंडळी गंभीर चेहऱ्यानेच वाट कातरत होती.

गावातही चावडीच्या पटांगणात बरीच वादावादी झाली. मग आम्ही माघार घेतली. सायाळीचा थोडा नमुना आमच्यासाठी ठेवून ती गावकऱ्यांच्या हवाली केली. तंटा संपला. आता खरी पंचाईत होती, ती ही शिकार शाबूत पुण्यापर्यंत नेण्याची. वादावादीत संध्याकळ झाली होती. गावात दिवे लागले होते. गावापासून घोरावाडीपर्यंत आणि पुढेही सोयीस्कर वाहन मिळणे मुश्कील होते. म्हणून सकाळीच जावे, असा

निर्णय घेतला.

आता रात्रीचे जेवण करणे भाग होते. शिकार साफ करणेही आवश्यक होते. मुकुंदराव मधूनच नाहीसे झाले. ते बऱ्याच वेळाने उगवले, तेव्हा चार मिनाराच्या वासात आणखीही कसला वास आहे, हे आमच्या ध्यानात आले. तोवर मंडळींनी डुक्कर भाजला होता. कमरेच्या कुकऱ्यांनी तोडलाही होता. स्वयंपाकाची जोखीम मुकुंदराव मोठ्या हौसेने नेहमीच पत्करत. तो सगळा खटाटोप झाला.

काही भागाचे कालवण बनवून बाकी भाग पोत्यात, गोणपाटी पिशव्यांत पॅक केला.

चावडीत जेवण उरकले. ऊनऊन कालवण ओरपून तोंडे पोळली. वर सिगारेटी ओढल्या आणि लवंडलो. दमणूक इतकी झाली होती की, डासपिसवा झोपमोड करू शकल्या नाहीत. भल्या सकाळी निघालो. शिकार वाहून नेण्यासाठी बैलगाडी ठरविली. इतर ओझीही तिच्यात टाकली. रात्री साफ केलेल्या सायाळीच्या काट्यांचा जुडगा मी बरोबर घेतला होता.

तो बघताच खोडे म्हणाले, "बबबा! ही बैदा कशाला संगं घेतली?"

मी म्हणालो, "सोव्हिनेर माझ्या टेबलावर एका पेल्यात ठेवणार. टाकाची होल्डर्स छान होतील यांची!"

"छ्या, छ्या! हे काटं घरात बाळगणं वाईट!"

"का?"

"भांडणं होतात हो! द्या ती टाकून."

"भांडणं काय, काटं न ठेवले तरी होतातच. भांड्याला भांडं लागायचंच. भांडणाला भिऊन भागतं काय?"

मी काटे टाकले नाहीत. (आणि घरात भांडणे व्हायचीही राहिली नाहीत.)

सकाळी दहा-अकराच्या सुमाराला परत जाण्यासाठी लोकल नव्हती. मुंबई-पुणे रस्त्यावर थांबावे, येणाऱ्या एस.टी.ला हात दाखवावा आणि पुण्याला पोहोचावे, असा हिशोब होता.

रस्त्यावर उभे राहिलो. एस.टी. आली. हात दाखविताच थांबलीही. शिकारीची दोन-तीन भरगच्च ओझी घेऊन आम्ही धांदलीने आत चढलो.

कंडक्टरचे लक्ष ओझ्यावर गेले. त्याने सहज चौकशी केली का, त्याला शिकारीचा वास आला, कोण जाणे.

"यात काय आहे हो?"

"शिकार."

"म्हंजे?"

"म्हंजे मटण म्हणा ना."

"कच्चं का शिजवलेलं?"

"घरी जाऊन शिजवणार. हे कच्चंच आहे."

"मग उतरा. कच्चं मांस एस.टी.नं जात नाही."

"का बरं?"

"ते आमाला काय विचारता? कायदा हाय त्यो सांगितला. हां, उतरा खोळंबा नको."

सगळे खाली उतरलो. त्यात शिवाजीलाच अक्कल सुचली. तो म्हणाला, "सगळे उतरून काय करता? दोघेतिघेच राहा इथं. मी पुढे जातो आणि पुण्याहून टॅक्सी घेऊन येतो."

आमची चर्चा ऐकण्यात कंडक्टरला रस नव्हता. त्याने दोरी ओढली. ठाणकन आवाज झाला आणि एस.टी. निघून गेली.

मी, मुकुंदराव आणि मानेअण्णा मागे राहिलो आणि सोबतीला डुक्कर. थोडीशी सायाळ. आता ही एस.टी. पुण्याला पोहोचणार. शिवाजी टॅक्सी ठरविणार. ती इथे येणार आणि आम्ही घरी जाणार. तोवर ही शिकार ताजी राहणार का? दिवस उन्हाळ्याचे होते आणि शिकार वाऱ्यावर उघडी नव्हती. जंगलातल्या मुक्कामातही असा प्रसंग येतो. पण तेव्हा चांगले उंच झाड बघून शिकार वाऱ्यावर टांगता येते. दिवस-दोन दिवस ती राहतेही. आता काय करावे? काही उपाय नव्हता.

झाडाच्या सावलीला टिवल्याबावल्या करीत बसलो. तीन-साडेतीन तास गेले. टॅक्सी घेऊन शिवाजी आला. या टॅक्सीला टपावर कॅरेज नव्हते, म्हणून शिकार डिकीत घालावी लागली. डिकी बंद झाली. पुण्यात पोहोचून घर येईपर्यंत आणखी तास-दीड तास गेला. टॅक्सीवाल्याचे भरमसाठ बिल चुकते करून शिकार घरात आणली आणि पोते-पिशव्यांची तोंडे उघडी केली, तेव्हा लक्षात आले की, आता हे मटण खाण्यासारखे उरलेले नाही. 'पुंडलिक वरदा हरि विठ्ठल!'

आम्हा सगळ्यांनाच फार हळहळ वाटली. एवढा खटाटोप करून मिळविलेली ही शिकार. गावकऱ्यांना दिली असती, तर त्यांचा तरी आत्मा थंड झाला असता. 'ना मला, ना तुला, घाल कुत्र्याला,' असा सगळा प्रकार झाला होता. मला फार अपराध्यासारखे वाटू लागले.

मग शिवाजी सायकलवर टांग टाकून शिकारीला बरोबर होते, त्या मित्रांच्या घरोघरी गेलो. खरं तर शिकारीचा थोडा-थोडा वाटा सर्वांकडे पोहोचवायचा. पण शिकारीऐवजी या दुःखद बातमीचा वाटा त्याने सर्वांकडे पोहोचता केला आणि अगदी शेवटी वैदूवाडीच्या लक्ष्मण वैदूला निरोप टाकला, "घराकडे येऊन जा. येताना सायकल आण."

दोन वैदू तातडीने येऊन दाखल झाले. त्यांनी मोठ्या आनंदाने ती शिकार

सायकलवर लादली. मी न राहवून विचारले, ''लक्ष्मण, याचं करणार काय तू आता? का कुत्र्याला घालणार?''

त्यावर मान हलवून तो म्हणाला, ''नाय-नाय दादा. ह्यो असला सोन्याचा घास कुत्र्याला कसा घालंन मी? आता बग याचा तोडून बोटासारका बारीक तुकडा करंन आन् आपल्या घराच्या पत्र्यावर कडक उनामधी चांगला चार-सा दिस वाळवंन. मंग जसा लागंल तसा वंजळभर काढायचा आन् गरम पान्यामधी टाकून सोच्छ धुऊन मंग शिजवायचा. फक्कड लागतो दादा. ही वस्तू काय वाया जानार नाय!''

कितीतरी वर्षे झाली या गोष्टीला! आज सर्पदंशातून जगले-वाचलेले ते मुकुंदराव नाहीत. स्वभावाने मऊ विष्णुदास असे ते कोथरूडचे निंबाळकरही नाहीत. बाकी मित्र आपल्या-आपल्या व्यापात गढलेले आहेत. क्वचित गाठीभेटी होतात. सर्वांच्याच बंदुका आता खुंट्यावर विसावल्या आहेत. ते दिवस, ती राने, ते खेळणे – सगळेच आता ओसरून गेले आहे. सांगण्यासारख्या आठवणी तेवढ्या शिल्लक उरल्या आहेत.

■

९

छंद जुन्या वस्तूंचा

कुठे परगावी गेलो, खिशात पैसे असले म्हणजे पुष्कळदा मी जुनी भांडी विकणाऱ्या दुकानदाराकडे हटकून जातो आणि नेटाने विचारतो, "तुमच्याकडे जुनी नक्षीची भांडी, मूर्ती, जुने दिवे अशा काही वस्तू आहेत का? मी व्यापारी नाही. अशा वस्तू जमविण्याचा माझा छंद आहे." अनेकदा फटका बसावा तसं उत्तर मिळतं, "हो, पण आमच्याकडे तसल्या वस्तू नाहीत."

या उत्तरावर काही इलाजच नसतो. गप्प राहून दुसरं दुकान शोधायचं. साताऱ्याला एकदा एका दुकानदारानं बहार केली. मी दुकानात पाऊल टाकताच आगत-स्वागत केलं. मी येण्याचा हेतू सांगताच उत्साहानं म्हणाला, "फार उत्तम कारागिरी असलेली एक वस्तू आहे साहेब माझ्याकडे. बसा, दाखवतो."

आता मी अनुभवाने शिकलो आहे की, आपण फार गरजू आहोत, असं दुकानदाराला कधीही दाखवू नये. पण सुरुवातीच्या दिवसांत फार उतावीळ होत असे. दुकानदार मूर्ती घेऊन आले. फडकं मारून त्यांनी मूर्ती माझ्या हाती दिली. आठ-एक इंचाचीच पण सुबक मूर्ती होती. बाळकृष्णाची जुनीही दिसत होती. कालियाच्या फड्यावर एक पाय देऊन बाळकृष्ण उभा आहे आणि कालियाचं वर झालेलं शेपूट त्यानं हातात धरून खेचून ओढलं आहे. कोणा तरी उत्तम शिल्पकारानं ओतवलेल्या कलापूर्ण कलाकृतीवरून केलेली ही प्रतिकृती असावी. मी हरकून गेलो. अशी सुंदर वस्तू आपल्या संग्रही असलीच पाहिजे, असं वाटलं.

मी म्हणालो, "छान आहे, किंमत सांगा."

दुकानदार म्हणाले, "आपणच करा किंमत."

"तुम्ही सांगा आधी. मग मी सांगतो."

माझ्या एकंदर स्वरावरून आणि चेहऱ्यावरच्या भावावरून या चाणाक्ष दुकानदारानं बरोबर हेरलं की, आपल्याला वाटते त्यापेक्षाही वस्तू फार मोलाची असली पाहिजे.

मी म्हणालो, "वजन करा. शंभर रुपये किलो हा भाव देईन."

त्यावर मी ओशाळून जावं, असं हसून दुकानदार म्हणाले, "द्यायची नाही साहेब."

"बरं, तुम्ही किंमत सांगा."

"काय सांगणार? अशा कारागिरीचं मोल करता येतं काय साहेब?" आणि नोकराहाती मूर्ती देऊन ते म्हणाले, "ठेव जा रे आत."

मी मुकाट्याने बाहेर पडलो. आणखी एक हमखास मिळणारं उत्तर म्हणजे, "ते दिल्लीचे शीख लोक महिना – पंधरा दिवसांतनं चक्कर टाकून सगळं नेतात हो. म्हणाल तो भाव देतात बघा, कालच ते सगळं घेऊन गेले."

साहजिकच आहे. दिल्लीला नेहमीच नाना परदेशी लोकांची वर्दळ असते. भारतीय हस्तकलेचा नमुना म्हणून त्यांना अशा वस्तू हव्या असतात. कॅनाट सर्कलमध्ये पूर्वी जिथं हारीनं सुक्यामेव्याची दुकानं होती; तिथं आज बघाल, तर ॲन्टिक्स विकणाऱ्या दुकानांची रांग आहे. बरं, हा माल फॅक्टरीला ऑर्डर देऊन मागविता येत नाही. गावोगाव, जत्राखेत्रातून, तीर्थक्षेत्री दुकानदारांनी फिरूनच गोळा केला पाहिजे तो. तुम्ही पंढरपुरी जा, नांदेडला जा, कऱ्हाड-साताऱ्याला जा – अनेक ठिकाणी तुम्हाला हेच उत्तर मिळेल, "दिल्लीचे शीख लोक येऊन गेले."

पण या उत्तरानं आपण नाउमेद व्हायचं नाही. जाऊ त्या गावी चौकशी करायची. ठिकठिकाणच्या जुन्यापुराण्या बाजारांतून चक्कर मारायची. पुण्याला जुना बाजार आहे, नेहरू चौक आहे. रविवारी या बाजारांतून फेऱ्या मारायच्या. नशीब जोरावर असेल, तर एखादी वस्तू बरी मिळते. मला असाच एक पितळी गरुडखांब मिळालेला आहे. वीरासन घालून बसलेला गरुड, हात जोडलेले, दोन्ही पंख उभारलेले. उजव्या बाजूला वेटोळं टाकून, फणा काढलेला नाग. मागं खांबाच्या आकाराचं भांडं, कुणातरी खेडूत कारागिरानं ओतवलेलं हे सुरेख शिल्प आहे. बरंच जुनं. निदान सत्तर-पंच्याहत्तर वर्षांपूर्वीचं. दुकानदाराकडे कुणीतरी मोडीत घातलेलं असावं. हे काय उपयोगाचं असावं, असा बराच विचार केल्यावर मी निर्णय घेतला – हे धूपपात्र आहे.

असल्या चिजा मिळाल्या म्हणजे त्या काय असतात, हे शोधणं मोठं गमतीचं असतं. नांदेडला एका दुकानात मला जुनंपुराणं असं एक सुंदर पदक मिळालं आहे. चांगलं तळहाताएवढं; पितळेचं. त्याची सबंध रचना मोठी कल्पक आणि विसाव्या शतकातल्या कलाकारानं केल्यासारखी होती.

उभं धरलं तर सुरुवातीला मोराचं तोंड दिसतं, नंतर तीन नागफड्या. त्यांच्यापुढे तीन पिंडी. त्या पिंडींपुढे तीन नंदी. सबंध गोलाकार नक्षी, कड्या, घुंगरं. कशासाठी हे पदक? याचा उपयोग काय? बराच विचार केल्यावर माझा मीच अर्थ केला की, हे बैलाच्या कपाळावर बांधायचं पदक आहे. बैलाच्या शिंगांना घालायच्या, बैलाचं डोकं आणि मानेच्या आजूबाजूला गोंडे बांधण्यासाठी कड्या अशा दोन सुंदर पितळी शेंब्याही मला मिळाल्या आहेत.

काही वेळा जुने-पुराणे गडू मिळतात. जडशीळ आणि नक्षीदार केलेले. असा एक गडू मला खेडेगावच्या आठवडा बाजारात मिळाला. माझ्या लिहिण्याच्या टेबलावर पेन्सिली ठेवायचं भांडं म्हणून मी त्याचा उपयोग करतो.

गंगाजमनी म्हणजे पितळेची भांडी आणि त्यावर तांब्याचं नक्षीकाम असे दोन साधे पेलेही मी पैदा केले आहेत. ही बहुधा दूध घालायची मापं असावीत. पूर्वी चिपटी, कोळवी असत अशी.

शिवाय माझ्या टेबलावर एक वजनदार मोर आहे. त्याचा बापड्याचा पिसारा हरवला आहे. पुण्याच्या जुन्या बाजारात तो नला मोडीच्या भावात मिळाला. जुनापुराणा, कळकट, मळकट होता. पेपरवेट म्हणून मी तो वापरतो.

पितळेच्या जुन्या वस्तू तशा कळकट मळकटच शोभून दिसतात. पण मला न विचारता आमच्या मोलकरणीनं एकदा हा मोर, चिंचेनं-रांगोळीनं घासूनपुसून चकचकीत केला आणि पिसाऱ्याप्रमाणे आता त्याचा जुनेपणाही हरवला होता. तरी पण पेपरवेट म्हणून अजूनही त्याच्यासारखा तोच!

पंढरपूर हे एक अशा वस्तूंचं अजब घर आहे. आषाढी-कार्तिकीला सतत हजारो नवेनवे लोक देशाच्या कानाकोपऱ्यातून इथं येतात. त्यांच्याबरोबर अनेक वस्तूही येतात.

मला कोड्यात पाडणारी एक मूर्ती पंढरपूरच्या एका बेरक्या दुकानदाराकडून मिळाली. बेरका अशासाठी की तो मला म्हणाला, "रावसाहेब, लोक फार किंमत देऊन असल्या जुन्या मूर्ती आमच्याकडनं नेतात. का, तर मूर्तीच्या पोटात हिरे-माणकं दडवलेली सापडतात." असं म्हणून त्यानं या मूर्तीची किंमत मला आधी पाऊणशे रुपये सांगितली आणि शेवटी ती मूर्ती तीस रुपयाला दिली. ही मूर्ती म्हणजे काय आहे, याचा पत्ता मला अजून लागलेला नाही. काही गोष्टी स्पष्टच आहेत – ही स्त्री आहे. तिनं अंगात चोळी आणि पायांत विजार घातलेली आहे. ती मी घेतली, तेव्हा तिच्या कपाळावर गंध, शेंदूर असं काही होतं, त्या अर्थी ती कोणीतरी देव्हाऱ्यात पूजीत असावं. हाताच्या ठेवणीवरून ती नर्तिका दिसते, पण पायात चाळ-घुंगरू नाहीत.

हे कोडं उलगडावं म्हणून मी भारत इतिहास संशोधक मंडळात जाऊन 'मूर्तिविज्ञान' लिहिणाऱ्या ग. ह. खरे यांना मूर्ती दाखविली.

ते म्हणाले, "हा दिवा आहे."

"?"

आणखी एक मला पडलेलं कोडं म्हणजे सातारला मी पैदा केलेली लहानशी तांब्याची मूर्ती. देव्हाऱ्यात पूजावी म्हणूनच ती केलेली असावी. डोक्याला फेटा गुंडाळलेला होता. चेहरा बुद्धासारखा होता. गळ्यात, बाहूंत भूषणं होती. कमरेला नेसू होते, त्यावर छपाईकाम होते. आसनमांडी घातलेली, दोन्ही हात कुणालातरी आशीर्वाद देण्यासाठी पुढे. ही मूर्ती कशाची होती?

मी 'मूर्तिलक्षणम्' हा जुना ग्रंथ, टी. गोपीनाथ यांचे आयकानाग्राफीचे दोन ग्रंथ

पालथे केले, पण काही प्रकाश नाही. असं जेव्हा होतं, तेव्हा या वस्तूभोवती एक गूढ, ऐतिहासिक असं वलय निर्माण होतं.

माझ्या भ्रमंतीनं, जिथे जाईन तिथे मी असल्या वस्तूंचा शोध घेत असतो. शिलाँगला एक छोटंसं दुकान आढळलं. पाटी होती, 'इंडियन हँडिक्राफ्ट ॲण्ड शर्ट'. आत विक्रेत्या बाई होत्या. भारतीय नव्हे, कोणी परदेशीच होत्या. सगळ्या वस्तू सोडून मी एका पितळी घंटेपाशी थबकलो. देवाच्या आगमनासाठी जी घंटा हातात घेऊन नाद करतात तसली, पण सुंदर घंटा होती. नक्षीकाम केलेली एक पातळ झांज होती लहानशी आणि शंकर-पार्वतीची एक मूर्ती होती. या तिन्ही वस्तू अप्रतिम होत्या; जुन्या होत्या आणि दुर्मीळ होत्या.

माझा चौकसपणा बघून बाई म्हणाल्या, ''तुम्हाला ॲन्टिक्समध्ये रस दिसतो.''

मी म्हणालो, ''हो, या वस्तूंच्या किमती मला कळतील का?''

बाई हसून म्हणाल्या, ''मला त्यात गम्य नाही. माझे पती भारतीय आहेत. त्यांनी मोठ्या हौसेनं या वस्तू जमवल्या आहेत. आमचा लहानसा कारखाना होता पूर्वी. पण सगळ्यांचं राष्ट्रीयीकरण झालं. त्यात आमचा कारखाना गेला. चरितार्थासाठी काही करायला पाहिजे, म्हणून दुकान घातलं. तुम्ही उद्या या. माझ्या नवऱ्याला भेटा. 'ॲन्टिक्स' विषयावर तासन् तास बोलणं त्याला आवडतं.''

मी दुसऱ्या दिवशी गेलो. बाईचा नवरा चांगला उमदा माणूस होता. रसिक होता. बरंच बोलल्यावर मी म्हणालो, ''ही सुरेख घंटा आणि हा टाळ मला हवा आहे.''

त्यानं टाळाचा आवाज घुमवून दाखविला. एक ठोका! आणि बरोबर मिनिटभर नाद येत राहिला. त्यानं सांगितली ती किंमत प्रचंड होती.

मी म्हणालो, ''गृहस्था, या दुर्मीळ वस्तू आहेत; पण त्या काही सोन्याच्या नाहीत.''

तो म्हणाला, ''या वस्तू एका नेपाळी साधूच्या मठातून मी मिळवल्यात. त्यासाठी मला कित्येक मैल पायी प्रवास करावा लागला आहे आणि दहा दिवस खर्ची घालावे लागले आहेत. माझी किंमत आल्याशिवाय मी त्या देणार नाही. या वस्तू म्हणजे माझ्या दिवाणखान्याचं वैभव होतं एकेकाळी.''

त्याच्या भावनेचा मी आदर केला. मी म्हणालो, ''मग तुम्ही ही किंमत आणखी वाढवा. कारण एवढं बोलणं झालं नसतं, तर माझ्यासारख्या एखाद्या वेड्यानं तुम्ही सांगाल ती किंमत देऊन वस्तू नेल्या असत्या. किंमत इतकी वाढवा की, गिऱ्हाइकाला वाटलं पाहिजे की या वस्तू तुम्हाला विकायच्याच नाहीत.''

यावर डोळे मिचकावून तो म्हणाला, ''खरं तर तसंच आहे.''

माझ्या या छंदापायी गेल्या काही वर्षांत मी कुठे-कुठे गेलो आहे आणि केवढ्या

वेगवेगळ्या वस्तू माझ्यापाशी जमा झाल्या आहेत. देवाच्या नाना मूर्ती, दिवे... यांत एक अठराव्या शतकातली पितळी चिमणी दिवाही आहे. नाना तऱ्हेच्या दीपलक्ष्म्या, अडकित्ते, मोठमोठ्ठे पितळी टाक (खंडोबाचे), पंचपाळी, लामणदिवे, सुरया, गडू, मुखवटे, शिवराईसारखी नाणी, तेरा किलो वजनाचा मुरली वाजविणारा पण मिशावाला वेणुगोपाळ आणि एक पंचारतीसुद्धा.

ही मोठी पंचारती मी माझ्या लिहायच्या टेबलावर ठेवली आहे. ती बघून एका मित्रानं विचारलं, ''ही कशाला रे?''

मी म्हणालो, ''जेव्हा-तेव्हा स्वत:भोवती ओवाळायला.''

कोणी म्हणेल जमवल्या वस्तू. पुढे? या जीवनात कंटाळा अटळ आहे आणि तोही अपुऱ्या पांघरुणासारखा असतो. अपुरं पांघरूण तोंडावर घ्यावं म्हटलं, तर पाय उघडे राहतात. पायाखाली घ्यावं म्हटलं, तर तोंड उघडं. यातून थोडी सुटका होते, ती आपल्या छंदामुळे. जमतील तसे छंद लावून घ्यावेत. एका छंदाचा कंटाळा आला की, तो टाकावा; दुसरा लावून घ्यावा किंवा एकाच वेळी अनेक छंद चालू ठेवावेत.

मानवी आयुष्य तसं निरर्थकच. कला, राष्ट्रभक्ती, देवधर्म असं काही-काही निर्मून आपणच त्याला अर्थ प्राप्त करून देत नाही का?

■

१०

मी एक प्रसिद्ध माणूस

कुठे परगावी व्याख्यानाला गेल्यावर माझी ओळख करून देणारे वक्ते म्हणतात, ''यांची ओळख काय करून द्यायची? व्यंकटेश माडगूळकर. व्यंकटेश माडगूळकर, असं ज्यांचं नाव आपण वाचतो ते हेच. एवढं सांगितलं की पुरे! यांना कोण ओळखत नाही?''

मी मनात म्हणतो, छे-हो, हे काही खरं नाही. माझा अनुभव अगदी वेगळा आहे. हाताच्या बोटांवर मोजता येतील, एवढे लोक सोडा. बाकी आपल्याला कोणी ओळखत नाही. गेल्या महिन्या-दोन महिन्यांतली गोष्ट आहे. वाहतुकीच्या नियमांना मी फार भिऊन वागतो. स्कूटर घेऊन बाहेर पडलो की, सारखी धाकधूक मनात असते; इथं 'प्रवेश बंद' नाही ना? इथं एकेरी वाहतूक नाही ना? इथे उजवीकडे वळायचं का नाही? आज इकडे पार्किंग चालेल का? हा समोरचा पोलीस जा म्हणतोय, का थांबा म्हणतोय?

या गोंधळात मी आजवर अनेकदा पोलिसांना सापडलो आहे आणि कोर्टात दंडही भरलेला आहे. असो!

तर सांगत होतो काय, भर जिमखान्यावर हवालदारसाहेबांनी हटकलं. महाराष्ट्र बँकेला वळसा घालून मी आपला कॉफी हाउसच्या दिशेने चाललो होतो. मागे ज्ञानदा आणि बिंटू होत्या. हटकताच थांबलो.

''काय झालं हो हवालदार, काय चुकलं आमचं?''

''साहेब, लहान मूल आहे स्कूटरवर.''

''हो, मुलाची आईच त्याला घेऊन बसलीय. एकटं मूल नाही.''

''कबूल. पण मुलाला घेऊन बसायचं नाही स्कूटरवर.''

''असं? कमाल आहे. मला हा कायदा माहीत नव्हता. अनेक लोक मुलांना घेऊन जातात की हो हवालदार?''

हवालदारांना फालतू वाद घालायचा नव्हता. वही, पेन्सिल काढून निर्विकारपणे त्यांनी विचारलं, ''राहणारे कुठले तुम्ही, इथलेच का?''

''हो, गेली वीस वर्षं इथंच राहतोय.''

''मग तुमच्यासारख्या शिकल्यासवरल्या लोकांनी कायदा माहीत नाही म्हटल्यावर आम्ही काय बोलायचं? नाव सांगा.''

पुष्कळदा भ्रमनिरास झाला होता. पण कुठेतरी मला आशा होती की, आपलं नाव हवालदाराच्या कानावर असेल. हे एस.एस.सी.ला असतील, तेव्हा माझा एखादा धडा त्यांना असेल; किमानपक्षी त्यांनी 'सांगत्ये ऐका', 'पुढचं पाऊल',

'रंगपंचमी' किंवा 'बिनबियांचं झाड' किंवा 'कुणाला कुणाचा मेळ नाही' यांपैकी एखादा खेळ पाहिला असेल.

जरा जरबेनंच हवालदार पुन्हा म्हणाले, ''नाव सांगा.''

मी म्हणालो, ''व्यंकटेश माडगूळकर.''

आणि आशेनं हवालदाराचा चेहरा बघू लागलो, तर ते तिरकसपणे म्हणाले, ''सगळं नाव सांगा, बापाचं नाव काय?''

मी खलास झालो. मवाळपणानं म्हणालो, ''व्यंकटेश दिगंबर माडगूळकर.''

''पत्ता?''

मला दुसरी आशा होती की, मी आकाशवाणीवर असतो, हे सांगितल्यावर तरी हवालदारसाहेबांच्या लक्षात येईल.

म्हणालो, ''ऑल इंडिया रेडिओ, शिवाजीनगर, पुणे-५.''

तर हे पुन्हा दरडावून बोलले, ''घरचा पत्ता सांगा, ह्यापीसचा नको.''

मुकाट्यानं मी पत्ता सांगितला. मग थोड्या त्रिकसपणे मीही विचारलं, ''शिक्षण किती झालंय आपलं हवालदार?''

तर थंडपणे ते म्हणाले, ''शिक्षण झालं असतं, तर या नोकरीत कशाला आलो असतो हो?''

इतका वेळपर्यंत आजूबाजूला बघे जमले होतेच. त्यांच्यापैकी कोणी ओळखीचा दिसतो का, म्हणून मी आशेने पाहिलं. छे! कोणीही नव्हतं.

मी विचारलं, ''हवालदार, आपलं नाव कळेल का?''

''ढेकने.''

''ढेकने, हा कायदा मला माहीत नव्हता. माझी चूक झालीय. पण नाव कशाला घेता? एकवार सूट द्या की!''

''तसं करता येणार नाही साहेब.''

''तुमचे वरिष्ठ साहेब माझ्या ओळखीचे आहेत. मी घरी जाईन. त्यांना फोन करेन, माफी मागेन. मग कशाला तकलीफ घेता?''

ढेकने म्हणाले, ''करा ना फोन साहेब, आमची ना नाही. आमचं काम आम्ही केलंय. तुम्ही डीस्पींना फोन करा आन् सुटा. आमचं काय जातंय?'' एवढं बोलून ढेकने आपल्या उद्योगाला लागले.

मी पडल्या चेहऱ्यानं स्कूटर चालू केली. म्हणालो, ''ढेकने, मानलं तुम्हाला.''

गेल्या डिसेंबरमधला आणखी एक प्रसंग. श्रीरामपूरला व्याख्यान होतं. एस.टी. अगदी सकाळची म्हणजे सहा वाजताची. आन्हिकं आटपून, रिक्षा मिळवून गाडी गाठायची होती, म्हणून मी साडे-चारलाच उठलो. गाडी मिळाली. रिझर्व्हेशन

होतंच. गाडीनं शिवाजीनगर स्टँड सोडला. नित्याप्रमाणे खेचाखेच होतीच. चालत्या गाडीत तोल सावरत कंडक्टरसाहेब तिकिटे फाडत होते. एक-दोन वेळा मी त्यांचं लक्ष वेधून घेण्याचा प्रयत्न केला. पण एस.टी.चा आवाज, लोकांच्या बोलण्याचा आवाज, खेचाखेच यांमुळे त्यांचं लक्ष माझ्याकडे गेलं नाही.

गार वारा सुटलेला होता. लवकर उठायला लागलं होतं. त्यामुळे गाडीचा पाळणा हालू लागताच; मला पंधरा-वीस मिनिटांतच डुलकी लागली. दरम्यान कंडक्टरसाहेबांनी सगळी तिकिटं संपविली होती आणि पुन:पुन्हा जवळचे पैसे मोजले होते. पुन:पुन्हा शिटा मोजल्या होत्या आणि हिशोब न जमल्यामुळे ते जाम वैतागले होते. माझी डुलकी संपली. जागा झालो आणि कंडक्टरसाहेबांना म्हणालो, ''एक श्रीरामपूर द्या हो.''

त्यावर त्यांचा चेहरा चित्रविचित्र झाला. संतापून म्हणाले, ''काय वाटतंय का हो तुम्हाला? गेला अर्धा तास मी बोंबलून विचारलं, तिकीट घ्यायचं कुणी ऱ्हायलंय का? तुमचं तोंड उचकटलं नाही. आन् आता बोलताय व्हय?''

मी नम्रपणे खुलासा केला, ''मला झोप लागली होती.''

यावर कंडक्टर फारच भडकले, ''झोप? सकाळी उजाडायला झोप लागली तुम्हाला? थाप मारावी पटंल अशी तरी? भारी कापडं अंगावर घालायची आन् ही अशी बनवाबनवी करायची?''

''यात मी बनवाबनवी काय केली?''

''दोन स्टॉप गेले. मागल्या स्टॉपवर उतरून गेला असता तुमी, तर आमी काय बोंबलायचं होतं का? अहो, अशाच टांगा मारत्यात यष्टीला लोक.''

''मी अशांपैकी नाही. चांगला प्रतिष्ठित माणूस आहे. व्यंकटेश माडगूळकर हे नाव कधी तुम्ही ऐकलंय का?''

कंडक्टरने वरसुद्धा बघितलं नाही. बोटाला थुंकी लावून तिकीट चाळत ते म्हणाले, ''पुष्कळ नावं ऐकतो आमी, काय करता त्यांना घेऊन. हां, काढा पैसे.''

आता एक आयकर खात्याचा अनुभव :

मिळविलेल्या उत्पन्नावर आयकर भरणं, हे प्रत्येक नागरिकाचं कर्तव्यच आहे. पण हे कर्तव्य चटकन उरकता येऊ नये, करदात्याने चांगलं कुथावं, अशी जास्तीत जास्त सोय कर भरण्याच्या पद्धतीत केलेली असते. मुळात कर भरणारा हा चुकार, असं गृहीत धरून मग पुढचा सगळा व्यवहार. यात ॲडव्हान्स टॅक्स म्हणून एक प्रकार असतो. म्हणजे असं की, शहात्तर-सत्त्याहत्तर साली आपण जे पैसे मिळविणार, त्याचा टॅक्स आगाऊ आज भरायचा. फार तर एकदम भरू नका. तीन हप्त्यांत भरा. चुकभूल होऊन यातला एखादा हप्ता जर चुकला, तर तुम्हाला चक्क दंड होतो.

असाच एकदा दंड झाला. माझ्या बापड्याच्या मनात आलं की, मी काही व्यापारी, कारखानदार नाही. पगाराव्यतिरिक्त दोन-अडीच हजार ही माझी जास्तीत जास्त मिळकत. बरं, पगारातून महिन्याच्या महिन्याला टॅक्स कापला जातोच, तो ॲडव्हान्स टॅक्सच नाही का? मग मला दंड का? साहेब मजकुरांना भेटून काही रदबदली होती का बघावं, म्हणून भर दुपारी स्कूटर हाकीत आयकर कार्यालयात गेलो.

नेमक्या साहेबांची कचेरी शोधता-शोधता बराच वेळ गेला. लंच टाइम टाळून गेलो होतो, तरी चहाचा टाइम झालाच होता. बाहेर होता, त्या शिपायाला 'व्यंकटेश माडगूळकर' असं चिठ्ठीवर लिहून आत पाठवलं.

तो ढकलदार उघडून आत गेला, तसा बाहेर आला. म्हणाला, "बसा."

सुदैवानं बाहेर बाकडं होतं. त्यावर बसलो. बराच वेळ गेला.

साहेबांच्या खोलीतून हसण्या-बोलण्याचा आवाज येत होता.

मी शिपायाला विचारलं, "चिठ्ठी दिली का?"

मानेनंच होकार.

"किती वेळ थांबावं लागेल?"

"आत व्हिजीटर आहेत."

"बरं."

दरम्यान शिपाई फायलींचा गठ्ठा घेऊन जो बाहेर गेला, तोही तिकडंच. मी माशा मारीत बसलो. मग वैताग आला. काय होईल ते होवो, म्हणून ढकलदार उघडून आत गेलो. दोन-तीन गृहस्थ आत बसले होते. सर्वांच्या पुढे चहाचे रिकामे कप होते. दोघे सिगारेटी ओढीत होते. मी असा आत आलो, ते साहेबांना आवडलं नसावं, त्यांच्या चेहऱ्यावरून मी ओळखलं.

"मी व्यंकटेश माडगूळकर –"

माझ्या निवेदनावर मधेच घाव टाकीत साहेब कर्टली म्हणाले, "बसा बाहेर जरा. मी बोलावतो."

मी पुन्हा बाहेर येऊन बसलो. सुमारे दहा मिनिटांनी बेल वाजली. शिपाई विडी विझवून आत गेला. बाहेर आला. म्हणाला, "जा आत."

मी आत जाताच साहेबांनी 'बसा' न म्हणताच खुर्चीवर बसलो. (व्हिजीटर्स गेले होते.) आणि कागदपत्र पुढे ठेवली. पगारातून कापून घेतलेल्या टॅक्सचं सर्टिफिकेट, मला आलेली नोटीस वगैरे.

ते बघूनही साहेब म्हणाले, "दंड तुम्हाला भरावा लागेल."

त्यांचा चेहरा अगदी रामशास्त्र्यांसारखा झाला होता.

आता फार उच्चपदी असलेली मंडळी आयकर भरायचंच कसं अनेक वर्षं

विसरतात किंवा काही नट-नटी वगैरे मंडळी – लाख-लाख, दोन-दोन लाख रुपये कर भरतच नाहीत आणि त्यांच्या नावांच्या याद्या वर्तमानपत्रात कशा प्रसिद्ध होतात, हे सगळं मला माहीत होतं.

त्याचा मुळीच उल्लेख न करता मी अत्यंत लीनपणाने म्हणालो, ''मी सहसा कधी चुकत नाही, अगदी नजरचुकीने हा हप्ता राहिला आहे.''

साहेब म्हणाले, ''ते ठीक आहे. पण तुम्हाला दंड भरावा लागेल.''

एखादं ब्रह्मवाक्य बोलावं, तसं ते बोलत होते. त्यामुळे 'थँक्स' म्हणून मी बाहेर पडलो.

तात्पर्य काय, तूर्त कुणीच कुणाला ओळखत नाही. मग मला तरी कोणी आणि का ओळखावं?

■

११

माझी आई

अगदी लहानपणाचा एक प्रसंग आठवतो. आम्ही माडगूळला होतो. कुणातरी यलमाराघरी लग्न होते. गोरज मुहूर्त होता. मी मांडवातल्या घोळक्यात जाऊन बसलो होतो. लग्न लागले आणि दक्षिणा वाटली गेली. एकेक तांबडा पैसा भिजवून ब्राह्मणांच्या पोरांच्या हाती दिला गेला. दक्षिणा वाटणारा यलमार माझ्यापुढे आला आणि म्हणाला, ''कुलकर्णी, उजवा हात पुढे करा.''

मी केला. पंचमजॉर्जचा किंवा सातव्या एडवर्डचा मुखवटा असलेला एक पैसा हातात येताच मला आपण कमाई केली, असे वाटले. तो पैसा गच्च मुठीत धरून घरी आलो. घरी आई धान्य निवडीत बसली होती, तिच्यापुढे हात करून ओरडलो, ''आई, मला कारंड्याच्या लग्नात एक पैसा दक्षिणा मिळाली.''

पुढे केलेला हात तसाच धरून आईने मला पुढे ओढले आणि माझ्या गोऱ्या गालावर एक सणसणीत चपराक दिली. एक दिली, दुसरी दिली, तिसरी दिली.

संतापाने फुसांडत ती म्हणाली, ''मेल्या, भटा-भिक्षुकासारखा दक्षिणेला हात पसरतोस. अरे, तू वतनदाराचा मुलगा आहेस, लाज कशी नाही वाटली तुला? कसा असा विद्रकल्याणी निघालास!''

मुठीत पैसा ठेवून मी रडरड रडलो आणि न जेवता-खाता कोपऱ्यातच झोपून गेलो. सगळ्यांची जेवणे झाली. माझे ताट, आपले ताट वाढून घेऊन आई माझ्यापाशी आली. कामाधामाने खडबडीत झालेला तिचा हात माझ्या अंगावरून फिरला, गालावरून फिरला. रडवेल्या आवाजात ती म्हणाली, ''व्यंकटेशा, बाळा, फार मारलं का रे मी तुला? ऊठ जेवायला.''

खूप मिनत्या करून तिने मला उठविले आणि डोळ्यांत पाणी आणून जेवू घातले. म्हणाली, ''अरे, पुन्हा अशी दक्षिणा घेऊ नकोस. आपण काही भिक्षुक नाही. वतनदार आहोत. कुलकर्णी. आपण आपल्या मानानं राहिलं पाहिजे!''

मला गोष्ट पटली.

''मग आई, हा पैसा आता परत देऊ त्यांना?''

आईने थोडा विचार केला आणि म्हटले, ''परत नको देऊस त्यांना. पण सकाळी मारुतीच्या देवळात जा. पैसा देवापुढे ठेव आणि म्हण, अशी दक्षिणा मी घेणार नाही पुन्हा. देवा, मला क्षमा कर.''

त्याप्रमाणे मी केले आणि स्वाभिमानाचा पहिला धडा शिकलो. कधी कुणा मित्राकडे जायचे, म्हणजे वेळकाळाचे भान मला नसे. ते आई करून देई.

"आई, मी जातो वसंताकडे." असे ओरडलो की, आई दुप्पट ओरडून म्हणे, "त्याची आत्ता जेवायची वेळ आहे. अशा वेळी जाऊ नये."

गाईमागे वासरू जाते, तसे आईच्या मागोमाग मी जात असे. कुणाच्या घरी गेलो आणि घरच्या माऊलीने "घे हं बाळ, तुला खाऊ" म्हणून काही देऊ केले, तर माझा हात पुढे होण्याआधी डोळे आईकडे वळत. आई मोठे-मोठे डोळे करून मान हलवी. मग 'नको' म्हणावे लागे.

घरी येताच आई लाह्या उडाव्यात तसे ताड्ताड् बोले. म्हणे, "घे म्हटलं की, हात पुढे कधी करू नये. तुला काही रीतभात कळते का नाही? सदैव दुष्काळी मुलखातून आल्यासारखे करायला काही घरात मिळत नाही का तुला?"

पण हीच आई, तिला शिवायचे नसले, म्हणजे हळूच सांगे, "जा, बायजा पाटलीणीच्यात जाऊन जेवून ये. आज सण आहे."

"पण आई, पाटलिणीच्यात जेवलं, तर चालत नाही ना?"

"चालतं अडीअडचणीला. तुझी मुंज नाही झाली अजून."

मग आईची जिवाभावाची मैत्रीण बायजा, एका बाजूला घोंगड्याच्या पडद्याचा आडोसा करून गुपचूप मला तेलपोळ्या, कटाची आमटी, गुळवणी आणि भजी असे सुरस जेवण जेवू घाली.

लवकरच माझ्या ध्यानात आले की, वागावे कसे; कुळधर्म, कुळाचार यांविषयीचे आईचे नीतिनियम खास तिनेच बनविलेले होते आणि गरजेनुसार त्यात फेरबदल करण्याचा हक्क तिने राखून ठेवलेला होता.

आम्ही सगळी भावंडे, आई, वडील एकत्र राहिल्याचे मला फारसे आठवत नाही. वडिलांच्या वरचेवर बदल्या होत. कुंडल, कापील, किन्हई असे ते कुठे-कुठे असत. बाळंतपण आले की, आई माडगूळला येऊन आपल्या हक्काच्या घरात राही. दोन लहान मुले आणि ती. घरात कोणीही पुरुषमाणूस नसताना आपली सगळी व्यवस्था ती लावून घेई. आईच्या बाळंतपणात मोठ्या माणसांची कामे माझ्याकडे येत. त्यात यमाजी पाटलाच्या वाडीहून तूप आणणे हे काम फार जिकिरीचे असे. आमचा एक दयाळ नावाचा वाटेकरी या वाडीचा होता. त्याच्या घरी गायी होत्या. आई माझ्या हाती तामले देऊन म्हणे, "जा, दयाळकडून तूप आण."

वाडी दोन मैल दूर होती. गाडीवाटेने एकटेच जाताना मला लांडग्याची फार भीती वाटे. तोंडाने 'राम-राम' म्हणत (भीती वाटली की, असे म्हणावे हे आईचेच सांगणे असे.) ही दुर्गम वाट मी पार करीत असे. पळावे, दमले की चालावे, असे जाताना होई. येताना जोखीम वाढलेली असे. कारण तुपाचे तामले हातात असे. पळणे अशक्यच होई.

काही सण-समारंभ आला की, आई म्हणे, "जा, आवळाईला आक्काकडं.

राहा दोन दिवस तिथे. बरं वाटेल तिला.''

आता ती आवळाई म्हणजे कसले कुग्राम. काट्याकुट्यातून, रानामाळातून जाणारी ती वाट. तीही नीट माहितीची नसायची. विचारत विचारत जावे लागे. पण एकवार आवळाईला पोहोचले की, आक्का म्हणजे माझी नोठी बहीण, कुठे ठेवू व कुठे नको, असे मला करी.

माझे शर्ट फाटले की आई म्हणे, ''जा काकाकडे दिवाळीला. म्हणावं, मला शर्ट शिवा.'' हाही प्रवास मला पायी करावा लागे.

कधी शेंगाचे गाठोडे माझ्यापाशी देऊन आई सांगे, ''जा, जरंडीला मावशीकडे. बरेच वर्षांत तिने तुला पाहिले नाही.''

ही जरंडी कुठल्याकुठे होती. मग मी मोटारीने अठरा मैल जाऊन भिवघाट माथ्यावर उतरत असे आणि तिथून पाच-सहा मैल, कारळ्याची पिवळी फुले फुललेल्या शेतातून चालत मावशीच्या गावी जत असे.

खारी, मुंगसे, रानातले पक्षी बघत, रानफुले गोळा करीत रमत-गमत माझा हा प्रवास होई. एकाकी वाट चालण्याचे धडे मला फार लहानपणापासून मिळाले. पुढे आजवरच्या आयुष्यात त्याचाच उपयोग झाला.

रथसप्तमी आली की, आई म्हणे, ''व्यंकटेशा, मला पाटावर सूर्याचा रथ काढून दे छानसा.''

मग कुंकू, बुक्का, हळकुंडे, झाडपाल्याचा रस असे काहीबाही उपयोगात आणून मी रंग तयार करी आणि मोठ्या खटाटोपाने पाटावर सूर्याचा रथ काढून देई. नागपंचमीला भिंतीवर नाग काढायचा असे. वटपौर्णिमेला वडाचे चित्र काढायचे असे, कधी चौकटीवर सटवाया काढण्याचे कामही माझ्याकडे येई. ही माझी सगळी चित्रकला आदिवासी घाटाची असे. चित्राप्रमाणे मला कधी-कधी मूर्तिकारही व्हावे लागे. बेंदूर आला की मातीचे बैल करून ते चुन्याने, कावेने छान रंगवावेत. गणेश चतुर्थीला गणपती करून रंगवावा, कधी नागनरसोबा, कधी शिराळशेट, तर कधी दिवाळीला शेणाचे पांडव आणि गौळणी करायच्या असत.

आता लोक मला विचारतात, ''तुम्ही चित्रकला कुठे शिकलात?''

मी म्हणतो, ''रस्त्यावर. माझे सगळेच शिक्षण रस्त्यावर झाले!''

पण त्या शिक्षणाचे पहिले धडे मी घरात गिरविले आणि माझा पहिला शिक्षक आईच होती.

आई बोलभांड आहे, असे माझे वडील म्हणत. पण आज आम्ही म्हणतो की, आई छानच बोलते. उत्तम वक्त्याचे गुण तिच्यापाशी आहेत. कुणावर चिडली, संतापली, म्हणजे तिच्या जिभेवर अगदी सरस्वती नृत्य करू लागते. एरवीसुद्धा ती चांगली बोलते. आपल्या रूपवान आईच्या, कर्तृत्ववान बापाच्या, साधुतुल्य भावाच्या

हकिगती ती केवढ्या रसाळपणे सांगते. तिचे हे सगळे सांगणे जर कागदावर उतरून काढले, तर ते उत्तम साहित्य ठरेल.

श्रावण महिन्यात मला पुढे बसवून ती कहाणी सांगे. आदित्य राणूबाईची कहाणी, शुक्रवारची कहाणी अशा कहाण्या तिच्या तोंडून मी ऐकल्या आहेत. एखादे गाणे गावे, असे तिचे निवेदन असे. गोष्ट कशी सांगावी, हेसुद्धा आईकडूनच मी शिकलो.

आईचे पाठांतर तर किती होते. ती हरिपाठ म्हणे, व्यंकटेशस्तोत्र म्हणे, गोमाई म्हातारीची पंढरपूरची यात्रा म्हणे, आणखी काय-काय म्हणे. हाताने कामेधामे करताना हे म्हणणे चालू असे आणि ते माझ्या कानी पडत असे.

गावात कुणाच्या जिवाला जडभारी असले की, त्याला भेटायला जाण्यात आई फार तत्पर असे. बरे, हे आजारी माणूस आपल्या आप्तस्वकीयांपैकीच असावे, असे नाही. गुरवाची म्हातारी आजारी आहे असे कळले की, मऊ भात, लोणकढे तूप, लिंबाचे लोणचे असे काही करून ते भांडे कर्दळीच्या पानाखाली झाकून ती गुरवाच्या घरी जाई आणि तिला खाऊ घालून येई. मग तिला फार समाधान वाटे.

अगदी परवा-परवा मी पाहिले – आईचे वय आता सत्तरीच्या पुढे गेले आहे. तिला स्वयंपाक-पाणी होत नाही, तरी थकलेला मारुती महार केव्हाही मागील दारी येतो. हाका मारता येत नाहीत, म्हणून उंबऱ्यावर काठी आपटतो.

आई म्हणते, "का आला मारुतीबाबा?"

"मला सांजा करून घाला काकी."

मग खटाटोप करून आई त्याला सांजा करून घालते. माझ्या वाट्याला आई फार आली नाही. अगदी लहानपणी आली असेल तेवढीच. बाळंतपणासाठी ती माडगूळला गेली, म्हणजे मी कुंडलला दादांच्याजवळ एकटाच असे. माझ्या तेराव्या वर्षी दादांची नोकरी संपली. सगळेच आटपाडीला गेले, तेव्हा मी एकटाच कुंडलला राहिलो होतो. कधी दिघंचीला आक्काकडे, तर कधी कोल्हापूरला अण्णाकडे असा मी असे. सोळाव्या वर्षी मी स्वातंत्र्य-चळवळीत परागंदा झालो आणि पुढे सलग आईजवळ राहण्याचा योग कधी आलाच नाही.

पुण्याला स्थायिक झालो. रेडिओत नोकरी लागली. मग दर श्रावण महिन्यात मी माडगूळला जाऊन महिना-महिना राहू लागलो.

आई थकली होती तरी मी गेलो की, तिला बळ येई. रोज एक नवा पदार्थ करून ती मला खाऊ घाली. महिना भर्रकन जाई. माझी जाण्याची वेळ येई. दारात बैलगाडी तयार असे. मी देवाला नमस्कार करून, आईच्या पाया पडण्यासाठी गेलो की, मला आवेगाने पोटाशी धरून ती घळघळा अश्रू गाळी. म्हणे, "आता पुन्हा कधी रे दिसशील?"

दर वर्षी श्रावण आला की, आईची मिठी मला आठवे आणि सगळी कामे सोडून मी माडगूळला जाई.

माझी मुलगी बारा वर्षांची झाली, तरी तिला भावंडं नव्हते. एका वर्षी श्रावण महिन्यात मी माडगूळला गेल्यावर जन्माष्टमीचा उत्सव आईने घरात साजरा केला आणि तो पाळण्यातला नारळ काढून माझ्या हाती देऊन म्हणाली, ''हा तुझ्या बायकोच्या पोटात जाऊ दे. तिला छान मुलगा होईल.''

मी तसा अश्रद्ध नाही. त्यात आईची इच्छा म्हणून तो नारळ वागवत आणला आणि पुढच्याच वर्षी आमचा जयदेव जन्माला आला.

मुलाबाळांच्या खस्ता खाता-खाता, गरिबीशी झगडता-झगडता सारे आयुष्य सरत आले. स्वत:चे असे काय आयुष्य ही जगली असेल? हिची काय हौसमौज झाली असेल? चंदनासारखे सारखे दुसऱ्यासाठी झिजत राहायचे.

माडगूळचे घर, शेतीवाडी, नातवंडे यांच्या रगाड्यातून बळेबळे अंग काढून आई कधी तीन-चार वर्षांनी पुण्याला येत असे. थोरल्या लेकाकडे राहिल्यावर मला म्हणे, ''आता आठ-पंधरा दिवस तुझ्याकडे येते.''

रात्री बराच उशीरपर्यंत मी माझ्या खोलीत लिहीत-वाचीत बसलेला असे. बारा-साडेबारा वाजता आईची करुणाष्टके कानावर येतात.

अंधारात एकटीच अंथरुणावर पडून ती म्हणत असते, ''धाव रे रामराया, किती अंत पाहसी, प्राणांत मांडियेला, न ये करुणा कैशी....''

क्षीण आवाजात तिने म्हटलेली ही करुणाष्टके ऐकून माझे मन भरून येत असे. वाटे, या बापडीचे सगळे आयुष्य म्हणजेच एक 'करुणाष्टक' आहे.

नाहीतरी मानवी जीवन काय असते?

■

१२

निसर्गविषयी

माझ्या घरापासून अगदी पाच-दहा मिनिटांच्या वाटेवर टेकडी आहे. मनात आले की, तिच्यावर जाता येते, ही केवढी भाग्याची गोष्ट आहे! विशेषत: मुंबईला कामासाठी गेलो, म्हणजे माझे हे भाग्य मला फार ठळकपणे जाणवते.

सुंदर पहाट होते. हातात लहानशी काठी आणि खिशात दुर्बीण घेऊन मी बाहेर पडतो. बालभारतीच्या पाठीमागे जी टेकडी आहे, तिच्या पायथ्याशी येऊन जरा मागे वळून बघतो, पुणे शहर अजून पुरते जागे झालेले नसते. अजून रस्ते वाहू लागलेले नसतात. पूर्व दिशेला लाली मात्र चढलेली दिसते. मी उत्साहाने टेकडी चढू लागतो.

अगदी परवा-परवा या टेकडीवर छान झाडी होती. पूरग्रस्त लोकांची वस्ती झाली, खिंड झाली, रस्ता झाला आणि टेकडीवरची अनेक झाडे सर्पणासाठी जाळली गेली. कडुनिंबाचे चांगले जाणते झाड कोणीतरी घाव घालून तोडत आहे, हे दृश्य मी अनेकदा पाहिले आहे. उघड्याबंब अंगाने धोतराचा काचा मारून झाड तोडणाऱ्या माणसापाशी त्याचे इमानी कुत्रे असत. दोन पोरे तोडलेल्या ढलप्या कवळे भरभरून नेत आहेत, असे दिसते. हे सगळे बघूनही 'बाबा रे, का तोडतो आहेस झाड? तू कोण? हे झाड कुणाच्या मालकीचे आहे?' असे त्या लाकूडतोड्याला हटकण्याचे धाडस मात्र कधीही माझ्याकडून झालेले नाही. तो पूरग्रस्त आहे आणि त्या वस्तीतल्या गरीब बापड्या लोकांना रोजची भाजी-भाकरी शिजविण्याला सर्पण विकत आणण्याची शक्ती जर नसेल, तर त्यांनी काय करावे?

फिरणे, हवा खाणे, निसर्गसौंदर्य चाखणे हे चोचले गरिबांना परवडण्यासारखे नाहीत, वगैरे सगळे मला माहीतच आहे. शिवाय माणसाने जमाना ओळखावा आणि गप्प बसावे, हे मध्यमवर्गीय शहाणपण मला वारसाहक्काने मिळालेले आहेच. असो.

घाव घालून अधू केलेली झाडे, विस्तार तोडून उरलेले आणि तरीही ढलप्यांसाठी कोयत्या-कुऱ्हाडीचे घाव घेऊन तांबडेलाल झालेले खुंट मला जागोजागी दिसतात. तोडून फरफटत नेलेल्या खोडांचे फरकाटे खडकावरून उठलेले असतात. पण या दृश्याकडे दुर्लक्ष करून मी हवा खात हिंडतो.

टेकडीच्या माथ्यावर आणि अंगाखांद्यावर मला ओळखीच्या अनेक वनस्पती दिसतात. दगडीपाल्याचा हिरवाकंच वेल आणि त्यावर उमटलेली लांब देठांची पिवळी फुले दिसतात. कोरफडीचे आळे दिसते. सराट्याचे वेल दिसतात. काळमाशीचे गड्डे दिसतात. या सगळ्यांचे औषधी गुण मला बाळपणीच रामोशांच्या आणि धनगरांच्या गुराखी पोरांबरोबर राने तुडविताना माहीत झालेले आहेत. ऋतुकालमानानुसार

या वनस्पतींचे दर्शन होते, तेव्हा मला बरे वाटते. गावाकडचा माणूस भेटावा, तसा आनंद होतो. या लहानसान वनस्पतींबरोबरच फुललेल्या कडुनिंबाचा आणि मुरमुट्याचा गंध, भिजल्या गवताचा आणि माळरानाचा वास हेही मला कसल्यातरी जुन्या आठवणी करून देतात. चालता-चालता वाटेवरच्या धुळीत गुंडी किड्यांनी केलेल्या सुरेख गदी दिसतात. अंगावरच्या कपड्यातले एखादे सूत ओढून त्याची लहान गुंडी या गदीत टाकावी आणि घसरून गदीत पडणाऱ्या भक्ष्याची वाट पाहात मातीखाली दडून राहिलेल्या किड्यांचे दर्शन घडते का बघावे, म्हणून मी थबकतो. कधी हात लावला की, अंगाचे वेटोळे करणारे पैसा किडे दिसतात. कधी माळसरडे दिसतात, कधी खारीची पोरे दिसतात. बघावे तेवढे थोडेच असते.

टेकडीच्या परिसरातली बरीच पाखरे आता माझ्या माहितीची झाली आहेत. अमुक ठिकाणी तमका भेटेल, तमुक ठिकाणी तो हा चरत असेल, असे माझे अंदाज सहसा खोटे ठरत नाहीत. पाखरे उडतात, तेव्हा ती दिवसभरात दूरदूरची राने धुंडत असतील, असे आपल्याला वाटते. पण ते काही खरे नाही. त्यांचेही जग एवढेएवढेसेच असते.

पायथ्याच्या माळरानावर मला तुरेवाले आणि बिनतुरेवाले चंडोल हमखास दिसतात. कधी चार-सहाच्या घोळक्यांनी ते चरत असतात. डोळ्याला दुर्बीण लावून त्यांना अगदी छान न्याहाळता येते. थोडी पोटे भरली की, त्यांना गाण्याची लहर येते. एखादे पाखरू अगदी ठिपका होईस्तोवर उंच उडते. क्षणभर जागच्या जागी थांबते आणि सुरेख गाणे गाऊन सारे आसमंत भारून टाकते. हे स्वर कानी येतात, तेव्हा मला शाळेची एकाकी वाट आठवते. माडगूळ ते आटपाडी हे पाच मैलांचे अंतर भल्या सकाळी तुडविताना सगळ्या वाटेवर चंडोलांचे गाणे माझा श्रमपरिहार करीत असे.

पायथ्याशी हिंडताना पांढरपोट्या दयाळाचे सुस्वर कानी पडतात. तो कुठे आहे, हे मला बरोबर माहीत आहे. वेताळ टेकडी आणि बालभारतीच्या पाठीची टेकडी या दोहोंमध्ये, आत गेलेला थोडा दडणीचा जो भाग आहे, तिथे उंच शेलाटा, एकाकी कडुनिंब आहे. त्याच्या टोकाशी बसून हा दयाळ रोज सकाळी गातो. 'हे एवढे रान माझे आहे. इथला स्वामी मी आहे,' एवढाच त्याचा गाण्याचा आशय असावा.

आणखी एक कोणीतरी 'पीऽबीऽ चिक्ऽऽ पीऽ बीऽ' एवढेच कडवे सारखे गात असतो. बराच तपास करूनही त्याची-माझी दृष्टभेट अद्याप झालेली नाही.

गुराख्यांनी पाडलेल्या पायवाटेने मी वेताळ टेकडीच्या दिशेने चढू लागतो आणि वाटेवरच कुठे माना काढून, माझ्या हालचालींवर डोळा ठेवून असलेली तित्तिराची एक जोडी अगदी शेजारी गेल्यावर, भुर्रकन भरारी घेऊन पार पलीकडे असलेल्या घायपातीच्या लहानशा बेटात जाऊन पडते. त्यांना दुर्बिणीने टिपण्याचा माझा बेत अजून सफल झालेला नाही. प्रत्येक खेपेला, त्यांनीच मला आधी हेरलेले

असते. बेटे चूप बसतात आणि मी अगदी चार फुटांवर गेलो की, एक-दोन-तीन म्हणून एकदम भरारी घेतात.

माथ्यावर पोहोचले की, चोहोकडे सुरेख रान आणि डोक्यावर निळे आभाळ दिसते. अजून कोणी फिरकलेले नसते. कडेची एखादी पायवाट धरून चालू लागले की, तांबूस पाठी, पांढरी पोटे आणि त्यांवर बारीक काळे ठिपके असलेल्या मुनियाचा भलामोठा थवा भेटतो. चांगल्या शे-सव्वाशे चिमण्या असतात. गवतात चिमणचारा वेचण्याच्या नादात त्यांना पुष्कळदा माझी चाहूल लागत नाही. मी बघत असतो आणि त्या चरत असतात. हळूहळू आमच्यातले अंतर कमी होत जाते. दुर्बिणीतून झोपेतले बाळ सटवाईने घाबरवावे, तशा त्या भुर्रकन घोळक्यानेच उडतात. निळ्या आकाशाच्या पार्श्वभूमीवर एवढे-एवढे ठिपके खाली-वर होताना दिसतात. जमिनीवर मुक्या राहणाऱ्या मुनिया अधांतरी होताच बोलू लागतात. बारीक घुंगरमाळांचा आवाज रुणझुणावा, तसे त्यांचे बोल कानी येतात.

थोडे पलीकडे मेंढीफार्मच्या वरच्या बाजूला कशी कोण जाणे, पण अजून थोडी झाडी राहिलेली आहे. अगदी अलीकडे भल्या सकाळी कोणीतरी बुझवलेले एक भेकर सुसाट पाळताना मी खालून पाहिले होते, ते याच ठिकाणी. इथे मुरमुटीसारखी दिसणारी बरीच झाडे आहेत. ती फुलावर असली, म्हणजे अनेक फुलचोख्या डहाळ्यांशी झोंबताना दिसतात. त्यांच्या अस्वस्थ हालचाली अगदी निवांतपणे आपल्याला बघता येतात.

या झाडीत घुसून एखाद्या बुंध्याशी उभे राहून कान दिले की, नाना आवाज येतात. बुलबुल बोलत असतात. खाटीक, ल्हाने कोतवाल, मुके राघू आणि मठ्ठपणे बसलेले कावळे दिसतात. झाडांच्या बुंध्याच्या खांबातून वाकडे-तिकडे घसरत आपण सावकाश खाली उतरू लागावे.

शेपट्या हलवीत डहाळीवर बसलेले कोतवाल दिसतात, मेंढी फार्समधल्या मेंढ्या चरणीसाठी बाहेर केव्हा येतात आणि त्यांच्या खुरांनी उडविलेले टोळ, किडे मटकावीत आपण त्यांच्याच पाठीवर बसून फेरफटका कधी घेतो, याची वाटच ते बघत असतात.

मधेच हवेत कोलांटी मारून एखादा मुका राघू पुन्हा साळसुदासारखा डहाळीवर येऊन बसतो, तेव्हा खुशाल समजावे की, त्याने उडता पतंग मटकावला.

तुम्ही कधी पाण्यावर तरंगत जाणारा घोडा बघितला आहे का? नक्षीदार पंखांचा आणि लांब करवेदार शेपटाचा? बाळपणी आम्ही हलक्या हाताने हा पकडीत असू आणि त्याच्या शेपटीला लांब दोरा बांधून त्याचा पतंग उडवीत असू. एकदा असला भलामोठा घोडा मुक्या राघूने अधांतरीच पकडला. चांगला दीड इंच लांबीचा आणि फताड्या पंखांचा. रंगाने चकचकीत गुलाबी होता. हिरव्या मुक्या राघूने आपल्या दाभण चोचीने त्याला पकडले आणि फांदीवर येऊन बसल्यावर

त्याच्या ध्यानी आले – 'अरे, हा तर लहान तोंडी मोठा घास आहे.' घोडा अजून धडपडतच होता. खरे तर चिमणीआकाराच्या मुक्या राघूने त्याला सोडून मोकळे व्हावयाचे. पण नाही! त्याने जोरजोराने त्याला फांदीवर आपटून पुरे केले आणि मग मोठ्या हिमतीने गिळले. पोट टम् झाले असावे. कारण मान आत घेऊन शेपटी खालीवर करीत तो कितीतरी वेळ जागचा हलला नाही. मला तर वाटले की, आता दिवस मावळेपर्यंत यांची बेगमी झाली.

असे बघत-बघत आपण मेंढी फार्मच्या फाटकाशी पोहोचतो. 'कुत्र्यापासून सावध' अशी पाटी इथे आहे. पण अनेक वेळा सावध राहूनही मला इथे कधी कुत्रे दिसलेले नाहीत. वतन गेले नाव राहिले, असा प्रकार असावा. याच उतारावर कधी नव्हे; तो एकदा मला चित्तूर तुरगताना दुरून दिसला होता. फारच चपळाईने त्याने मला झुकांडी दिली. अस्मानी उडाला की पाताळी दडला, हेसुद्धा कळले नाही.

एवढा पल्ला मारून तळाशी उतरेपर्यंत दिवस वर आलेला असतो. रोजचे व्यवहार सुरू झालेले असतात. मेंढी फार्मवरची गुरे डोंगर वेचू लागलेली असतात. पूरग्रस्त वस्तीवरची माणसे लोटा परेडसाठी डोंगराच्या दिशेने निघालेली दिसतात. कुठे उंच खडकावर स्वच्छ हवेत जोर-बैठका मारून हेल्थ कमविणाऱ्या पोरांच्या आकृती दिसू लागतात. मग दुर्बीण डोळ्याला लावून बघावे, असा भाग आता संपला, असे समजून मी नाकासमोर बघत परतीची वाट तुडवू लागतो.

अजून माळरानच असते. ते संपून खिंड येईपर्यंत काहीबाही दिसतच असते. रानवट दयाळची जोडी एकापाठोपाठ नाचताना दिसते. भांडखोर साळुंक्या कुस्ती खेळताना दिसतात. तारेवर बसून 'किलकिल्या' ओरडलेला ऐकू येतो. कधी बालभारतीच्या आसमंतात शेपूट नाचवून ओरडणारा शिंपीही दिसतो.

पुढे मात्र माणसे भेटू लागतात. कुत्रेवाली, मफलरवाली, छत्रीवाली....

कामगार, शाळकरी पोरे, भांडीवाल्या बाया, वडार, सायकली, रिक्षा, स्कूटर्स...

आता पाहण्यासारखे काही नसते. सपाट गुळगुळीत डांबरी रस्ता.

तरतरीत शरीराने आणि उल्हसित मनाने हाती काठी फिरवीत मी घराशी पोहोचतो. गरम चहाचा पत्तिगंध!

'वनस्पतिशास्त्र किंवा तत्सम एखाद्या शास्त्रातील विशिष्ट कामात मी गुंतलेलो नाही. परंतु जगलो वाचलो, तर निसर्गाबद्दल सांगण्यासारखे मात्र माझ्यापाशी पुष्कळच असेल.' असे तो आधुनिक ऋषी थोरो म्हणाला होता. बापडा पन्नाशीच्या आतच देवाघरी गेला.

माझी उमेद एवढीच आहे की, जगलो वाचलो तर निसर्गापासून थोडा अधिक आनंद मी मिळवेन आणि तो तिळगुळासारखा वाटेन!

■

१३

नंदीवाला

आम्ही सोलापूर मार्गाने अकलूजला जायला निघालो होतो. सुरेख सकाळ होती आणि गाडी बऱ्या वेगाने चालली होती.

सोलापूर मार्गाने जाताना रस्त्याच्या दोन्ही बाजूंना उत्तम सृष्टिसौंदर्य दिसेल, अशी आशाच नसते प्रवाशांची. तरीपण सकाळची सुरेख वेळ होती आणि बरड माळरानेसुद्धा सौम्य दिसत होती. मध्येच कुठे एकाकी उभे असलेले बाभळीचे झाडसुद्धा देखणे वाटत होते. टेलिफोनच्या तारांवरून कुठे काळे कोतवाल पक्षी, तर कुठे पंचरंगी पाखरे निवांत बसलेली दिसत होती.

मध्येच आमच्यासोबत असलेले गृहस्थ म्हणाले, ''ही बघा, नंदीवाल्यांची पाले.''

मी डाव्या खिडकीतून पाहात होतो. कुठे, म्हणून उजवीकडे पाहिले, तर खरेच माळावर पाखरांचा थवा उतरावा, तशी पाले उतरली होती. काही नाही, तरी शे-सव्वाशे पाले असतील. मुले-माणसे हिंडत होती. पलीकडे मोकळ्या रानात जनावरे हिंडताना दिसत होती. कोणी हुशार चित्रकाराने निसर्गचित्र रंगविल्यासारखी ही नंदीवाल्यांची वस्ती आकर्षक दिसत होती.

''का बरं ही वस्ती पडलीय आज इथं?''

''त्यांचा देव आहे इथं. दर तीन वर्षांनी जेवढे म्हणून नंदीवाले आहेत, तेवढे इथे जमा होतात. मग तीन वर्षांतली खटली-खोकली इथं मिटतात. न्यायनिवाडा होतो. लग्नं लागतात.''

गाडी इथेच थांबवावी आणि तास-दोन तास या वस्तीतून फिरावे, अशी प्रबळ इच्छा मला झाली. पण ठरल्या वेळी मुक्कामावर पोहोचायचे होते. शिवाय माझ्याशिवाय इतरांना ही वस्ती फारशी आकर्षक वाटली नाही. वस्ती मागे टाकून आमची गाडी पुढे गेली.

सुगीच्या दिवसांत आमच्या गावी येणारा, काळा कोट आणि जरीकाठी रुमाल बांधलेला नंदीवाला मला आठवला. जानेवारी महिना सरता झाला आणि शाळूची पिके निघू लागली की, एखाद्या सकाळी 'गुब्बूऽ गुब्बूऽ गुब्बूऽ' असा आवाज कानावर येई. गावठी सनई वाजे. दाराबाहेर येऊन पाहावे, तर दोन-तीन नंदीवाले दिसत. एखादा मिशावाला असे, बाकी दोघे पोरसवदा असत आणि त्यांच्याबरोबर रंगीबेरंगी झुली घालून सजविलेला तो प्रचंड मोठा गुण्या बैल असे. तेव्हा गीर, हरियाना वगैरे बैलांच्या जातीसंबंधी माहिती नव्हती. पाहिलेले असत ते सगळे टोकदार शिंगांचे,

कोसल्या रंगाचे खिल्लारी बैल. त्यामुळे हा हत्तीसारखा प्रचंड ढवळा बैल, त्याची गोल शिंगे, काळेभोर नाक पाहिले की, हा औते ओढणारा आणि शेणसडा घालणारा साधासुधा बैल नाही; खरेच नंदी आहे, असे वाटे. शिंगांना पितळी शेंब्या घालून, चित्रविचित्र रंगाच्या कपड्याने ती सर्व आळपलेली शिवाय रंगीत रुमाल बांधलेले, कपाळावर गोंडे, जांभळाएवढ्या मोठ्या दृष्टमण्यांच्या माळा. गळ्यात साखळी, माळा, गंडे, घंटा. पाठीवर सुंदर रेशमी झूल. तिच्यावर काळ्या-पांढऱ्या दोऱ्याने चित्रे भरलेली. पुढच्या दोन्ही पायांत रुप्याचे तोडे असे, या नंदीचे रूप मोठे छान सजवलेले असे.

हळदी-कुंकवाने माखलेले पुढचे दोन्ही खूर घेऊन तो दारात आला की, कोणी सवाष्ण घरातून येई आणि त्याच्या पायावर पाणी ओतून हळदकुंकू वाही.

पिपाणी वाजू लागे, डफडे वाजू लागे. काळ्या वर्णाचा आणि कानात सोन्याची भिकबाळी घातलेला नंदीवाला हेल काढून म्हणे, "अरं माझ्या गुण्या बैला, पाटीलसाहेबास्नी हे साल बरं गेलं, म्होरचं उत्तम जाईल का?"

यावर गुण्या बैल 'होयऽ होयऽ' अशी मान हलवी. त्या वेळी त्याच्या गळ्याची पोळी हले, मोठे बशिंड हले, शिंगांना आणि गळ्यात बांधलेल्या घंटा वाजत. ती भलीमोठी शिंगे, ते मोठे थोरले तोंड हलले की, मोठ्ठा आणि खराखुरा आशीर्वाद मिळाला असे वाटे. गुण्या बैलाने होकार भरला की, नंदीवाला 'गुब्बूऽ गुब्बूऽ गुब्बूऽ' असा शब्द आपल्या तालवाद्यावर करी.

लोकांचा वेढा लगेच भोवती पडे. पोरेटोरे आणि मोठी माणसेसुद्धा नंदीकडे कौतुकाने बघत उभी राहात.

"अरं, माज्या संभुसंकराच्या बैला, औंदा गावावर काही आपत हाये का? पिलेग, महामारी, तापसर असा काही घाला यील का?"

मान हलवून नंदी 'नाहीऽ नाहीऽ' म्हणे आणि मोठ्याने ओरडून नंदीवाला सांगे, "नाही म्हणतो, नाही, नाही म्हणतो." गुब्बूऽ गुब्बूऽ गुब्बूऽऽ –

पाटलाला आणि सगळ्या गावकऱ्यांना बरे वाटायला लावणारे हे 'नाही म्हणतो आणि होय म्हणतो,' काही वेळ चाले. पदरात शेर मापटे जोंधळे पडले की, नंदीवाला पुढच्या वाड्याकडे जाई.

नंदीबैल घेऊन गावोगावी फिरणे एवढा एकच उद्योग नंदीवाले करीत नसत. गावातील कोणा शेतमजुराला वाढीदिढीने धान्य द्यावे आणि ते पुढच्या वर्षी वसूल करावे, एखादा देखणा खोंड या गावी खरेदी करावा, सांभाळावा आणि वर्षभराने जास्त किमतीला विकावा, असेही त्यांचे चाले. पुढच्या वर्षी मणाचे सव्वा मण घालीन, या बोलीने नंदीवाल्याकडून घेतलेले धान्य कुणी परत नाही केले, अशी ओरड कधी मी ऐकलेली नाही. चिठ्ठीचपाटी नसताना हा व्यवहार चोख पाळला जाई.

सुगी सुरू झाली की, परदेशी पाखरे जशी न आमंत्रण करता येत आणि आपला शेर घेऊन जात, तसे नंदीवालेही येत आणि आपला शेर वसूल करून जात.

त्यांच्या उतरण्याची जागा ठरलेली असे आणि प्रत्येक वेळी तेच कुटुंब येई. ओढ्यापलीकडे गावाला लागूनच कोणा होलाराचे करलाचे रान होते. या रानात दर वर्षी त्यांची पाले पाडत. या रानाच्या आसपास कुणाचे हिरवे शेतमळे, बागा नव्हत्या. चोरीमारीचा आळ आपल्यावर येऊ नये, म्हणून अशा जागी उतरण्याची खबरदारी नंदीवाले घेत असावेत.

नंदीवाले जसे उतरत, तसे त्या ठिकाणी फासेपारधी उतरत, रोहिले उतरत, नाडीपरीक्षावाले वैदू उतरत, डोंबारी उतरत, माकडवाले उतरत.

या भटक्या लोकांच्याविषयी लहानपणापासून फार मोठे कुतूहल माझ्या मनात आहे. कधीकाळी एकदा सगळ्या व्यापातून सुट्टी घ्यावी आणि एका नंदीवाल्याबरोबर 'गुब्बू ऽगुब्बूऽ' आवाज करीत गावोगाव हिंडावे, पालात राहावे, उघड्यावर बसून भाकरी खावी, कुत्री घेऊन ससे-घोरपडीची शिकार करावी आणि आपल्या या मराठी मुलखात मैलोगणती पायी हिंडावे, असे मला फार वाटते. चार भिंतींचे घर करून आत राहिले, म्हणजेच त्यापाठोपाठ अनंत व्याप सुरू होतात. दु:खाची वीण होते. ते नकोच काही. आज इथे तर उद्या तिथे. 'ब्राह्मणू हिंडता बरा,' असे समर्थांनी सांगितले आहे, तसे आपण आपले हिंडतू बरे!

मंगेश पाडगावकरांच्या मनात एक जिप्सी खोल दडून आहे, तसा माझ्या मनात नंदीवाला आहे.

■

१४

ग्रनोब्ल

प्रवासाला निघण्याची तारीख निश्चित झाली आणि 'फ्रान्स मित्रमंडळा'च्या कचेरीकडून मला पत्र आले की, 'ही फ्रान्समधील आठ गावे. यांपैकी कोणत्याही गावी आम्ही तुम्हाला महिनाभर पाठवू! या आठांपैकी प्रथम, द्वितीय आणि तृतीय अशा क्रमांकाने तुम्ही तुमची निवड कळवा.'

खरे म्हणजे या आठ गावांपैकी एकाचेही नाव माझ्या परिचयाचे नव्हते. फ्रान्सचा नकाशा काढून पाहिला. दक्षिण भागात एक नाव परिचयाचे सापडले – आर्ल!

जगप्रसिद्ध चित्रकार व्हान गॉग याच गावी होता. त्याने आर्लला रंगविलेली प्रसिद्ध चित्रेही मला आठवली. 'द ड्रॉब्रिज ॲट आर्ल', 'प्लेन ट्रीज ॲट आर्ल', 'लॅण्डस्केप ॲट आर्ल', 'दि हार्वेस्ट निअर आर्ल', 'गर्ल फ्रॉम आर्ल...' कितीतरी चित्रे मी पाहिली होती. व्हॉनगॉग माझा फार आवडता चित्रकार आहे. पॅरिसमधल्या गजबजाटाला, अंधूक सूर्यप्रकाशाला वैतागून तो आर्लला आला. सूर्यप्रकाशाने सदैव झळाळणाऱ्या, फळबागांनी, फुलांनी, सायप्रस वृक्षांनी, मक्याच्या शेतांनी सजलेल्या आर्लच्या आसमंतात त्याच्या कलेला बहर आला आणि आपल्या एवढ्याएवढ्याशा आयुष्यातले सर्वोत्तम काम त्याने याच आर्ल गावी एका पिवळ्या घरात राहून केले, हे मी वाचलेले होते. इथे काही काळ त्याच्या संगतीला पॉल गोगँही येऊन राहिलेला होता, हेही मला माहीत होते. आर्ल हे फार जुने गाव आहे, तिथे वीस हजार लोक बसतील, एवढे गोल रोमन थिएटर आहे आणि त्यात आता बुलफाइट्स होतात, हेही मला माहीत होते.

आपण वाटेल ते करून या आर्ल गावी जायचे! व्हान गॉग, गोगँ यांनी रंगविलेला तो प्रदेश बघायचा आणि वीस हजार लोकांत बसून बैलांची झुंजही पाहायची, असे मी ठरवून टाकले. म्हटले, यात आता बदल नाही!

पण फ्रान्स मित्रमंडळाने भारतीय पाहुण्यांसाठी निवडलेल्या आठ गावांत आर्लचे नाव नव्हते; आर्लपासून थोडे वर असलेल्या ग्रनोब्लचे होते. म्हणजे ग्रनोब्ल हे गाव जर मी पसंत केले (तेच मिळालेही), तर आर्लला जाणे शक्य होते. ग्रनोब्लपासून आर्ल फार दूर नव्हते. सुमारे चारशे किलोमीटर्स अंतर म्हणजे काही फार नाही. मी ते पायी चालत, मोटारवाल्यांना लिफ्ट मागत असे तोडीन, असा विचार मनाशी केला. एवढे झाल्यावर ग्रनोब्लसंबंधी माहिती मिळविण्याच्या मागे लागलो. कुठे नाहीतरी फ्रेंच एनसायक्लोपिडियात चार ओळी नक्कीच असणार, असे वाटले आणि ते खरेही निघाले.

ग्रनोब्ल हे फार जुने गाव होते. आल्प्सची राजधानी म्हणजे ग्रनोब्ल. चौथ्या-पाचव्या शतकांतील चर्चच्या इमारती तिथे होत्या आणि सॉमरसेट मॉमने इंग्रजी वाचकांना संपादित करून दिलेली 'द रोड अ‍ॅण्ड द ब्लॅक' ही सुप्रसिद्ध कादंबरी ज्या लेखकाने लिहिली, त्या स्तान्दाल या लेखकाचे हे जन्मगाव होते. शिवाय फान्ता लातूर नावाचा सुप्रसिद्ध चित्रकारही इथे जन्मला होता.

एवढे कळल्यावर मी 'फ्रान्स मित्रमंडळा'च्या कचेरीला माझी पहिली, दुसरी आणि तिसरी निवड कळवली –

(१) ग्रनोब्ल

(२) ग्रनोब्ल

(३) ग्रनोब्ल

– आणि माझे सुदैव असे की, मला ते गाव मिळालेही.

पॅरिसपासून ग्रनोब्ल बरेच दूर आहे. सकाळी रेल्वेने निघालो, ते दुपारी चार-साडेचार वाजता ग्रनोब्ल स्टेशनवर पोहोचलो. घराची कळा अंगण सांगते, तसे पुष्कळदा शहराची कळा रेल्वेस्टेशन सांगते.

ग्रनोब्लचे रेल्वे स्टेशन म्हणजे वास्तुशिल्पाचा एक अप्रतिम नमुना आहे. या भव्य आणि सुंदर स्टेशनच्या प्रवेशद्वारानजीकच कोणा शिल्पकाराच्या प्रतिभेची भरारी दाखविणारे भव्य असे धातुशिल्प होते. ग्रनोब्लच्या तीन आठवड्यांच्या मुक्कामात मला ठायीठायी जी अनेक शिल्पे आढळणार होती, त्यांची वानगी अशी स्टेशनवर उतरल्या-उतरल्या मला मिळाली.

या सुंदर शहरात राहण्याची संधी आम्हा वीस जणांना मिळाली होती. वीस जणांना घरी ठेवून घेणाऱ्या यजमानांपैकी काही जण स्टेशनवर आले होते. त्यांच्या गाड्यांतून आम्ही शहरातल्या स्वागतसमारंभाच्या ठिकाणी पोहोचलो. कोणातरी कार्यकर्तीच्या बंगल्यातील गॅरेजमध्ये हा छोटेखानी समारंभ होता. सुंदर बंगला आणि त्याचे तितकेच सुंदर गॅरेज. ते सजवलेही होते छान. रंगीबेरंगी कागदांची फुले भिंतींना लावली होती. 'सुस्वागतम'ची पाटी फुलांचीच होती. आत खाद्यपदार्थांची, पेयांची रेलचेल होती आणि स्वागतासाठी हसतमुख, अगत्यशील अशा फ्रेंच तरुणी व तरुण होते.

भारतीय पाहुण्यांच्या प्रवासी सामानाने, हास्यविनोदाने, सिगरेटींच्या धुराने आणि ग्लासांच्या किणकिणाटाने ते लहानसे गॅरेज बराच वेळ गाजत राहिले.

आणि मग एकेक यजमान गाडी घेऊन येऊ लागले आणि एकेक भारतीय पाहुणा कमी होऊ लागला. राहता राहिलो ते आम्ही चारचौघेच.

माझ्या मनात अनेक विचारांची गर्दी झाली होती. गॅरेजमधल्या लाकडी बाकावर एकटाच बसून मी सिगरेट ओढत होतो आणि मनात म्हणत होतो, या अनोळखी

अशा गावात आता मला तीन आठवडे राहायचे अहे. ना ओळखीची, ना पाळखीची, ना नात्याची, ना गोत्याची, अशी कोणी मंडळी मला घेऊन आपल्या घरी जाणार. त्यांच्या-माझ्या आवडी-निवडी जुळतील का? त्यांना इंग्रजी येत असेल का? आपल्या कुटुंबातील एक म्हणून ते मला वागवतील का? त्यांचे स्वभाव कसे असतील? सगळे जण गेले. मला नेणारेच अद्याप कसे आले नाहीत? संध्याकाळचे सात वाजले!

माझ्या परीने मी सगळी तयारी ठेवली होती. परदेशात राहण्याचा मला थोडा अनुभव होता. दहा वर्षांपूर्वी मी ऑस्ट्रेलियाला तीन महिने राहिलो होतो. खाणे-पिणे, पाश्चिमात्य पद्धतीची राहणी या मला थोड्याफार परिचयाच्या होत्या. अगदीच भांबावून जावे, एवढे सगळे मला नवीन नव्हते. एकमेव अडचण होती ती भाषेची. मनोमनी म्हणत होतो की, सुदैवाने मला जर इंग्रजी समजणारे यजमान मिळाले, तर सोन्याहून पिवळे होईल! पण ऐकले तर असे होते की, फ्रेंचांना इंग्रजीचा राग आहे. त्यांना इंग्रजी भाषा आवडत नाही. एक पॅरिस सोडले; तर इंग्रजी बोलणारे, समजणारे लोक फ्रान्समध्ये मिळणे कठीण.

एवढ्यात बाहेर कार येऊन उभी राहिली आणि एक तिशीतली तरुणी आणि पस्तिशीतला तरुण असे आत आले. ग्रनोब्लचो आमची लीडर (हिलाही इंग्रजी बेताचेच येत होते.) घाईघाईने माझ्याजवळ येऊन म्हणाली, ''तू ज्यांच्याकडे राहणार आहेस, ते लोक आले.''

मग मी पुढे होऊन म्हणालो, ''बोंझ्रू मस्य, बोंझ्रू मादाम.''

''बोंझ्रू... बोंझ्रू.''

लीडरबाईचे आणि या जोडप्याचे काही बोलणे झाले. माझे होस्ट मिस्टर शबाना हे मोठे चटपटीत गृहस्थ होते. विजेच्या चपळाईने त्यांच्या सगळ्या हालचाली होत. माझ्यापाशी येऊन ते म्हणाले, ''तुझं लगेज कुठे आहे?'' आणि बॅगा उचलून आम्ही सर्वांचा निरोप घेतला.

लुई शबाना मोटार चालवीत होते. इंग्रजी वाक्याची जुळवाजुळव करून मिसेस ॲगस शबाना मला विचारीत होत्या, ''कसा झाला प्रवास?''

''उत्तम.''

''पॅरिसला केव्हा पोहोचला?''

''काल संध्याकाळी साडे-सातच्या सुमाराला.''

''मुंबईहून निघाला होता कधी?''

''काल सकाळी दहा वाजता.''

लुई शबाना म्हणाले, ''आम्हाला काही चांगलं इंग्रजी येत नाही. तू समजून घे.''

मी म्हणालो, ''मला फ्रेंच मुळीच येत नाही.''

अँगसबाई म्हणाल्या, ''आपण एकमेकांना समजून घेऊ.''

ग्रनोब्लपासून थोडेफार बाहेर 'सेसिने' नावाच्या नव्या कोऱ्या वसाहतीत हे जोडपे राहात होते. लखलखीत रस्ते, दुकाने मागे पडत होती. रस्त्यावर गाड्यांची बेसुमार गर्दी होती. पण फक्त गाड्याच! हातगाड्या, सायकली, रिक्षा, खटारगाड्या – असली विषम वेगाची वाहने नव्हती.

लुई शबाना म्हणाले, ''तुझ्या देशात बेसुमार लोकसंख्येचा प्रश्न आहे, तसा इथे मोटारींच्या संख्येचा आहे. इथे थोडा कमी आहे; पण पॅरिसला भयंकरच. अगदी क्यू असतो आणि हळूहळू पुढे सरकावं लागतं.''

आम्ही मुक्कामावर येऊन पोहोचलो. सहा मजली उंच अशा सहा-एक इमारतींची ही वसाहत होती. मोटारी ठेवण्यासाठी भलेमोठे अंडरग्राउंड गॅरेज होते. या गॅरेजच्या वर आणि आतही मोटारी होत्या.

शबानाचा फ्लॅट तिसऱ्या मजल्यावर होता. लहानसाच, पण सर्व सुखसोयींनी परिपूर्ण असा हा फ्लॅट होता. शबाना पती-पत्नीचे नुकतेच आठ-दहा महिन्यांपूर्वी लग्न झालेले होते; सगळा संसार नवीन होता. दार उघडताच समोर लहानसा पॅसेज, डाव्या हाताला एवढेसे स्वयंपाकघर, पुढे बाथरूम, त्यापुढे एक लहान बेडरूम, अगदी समोर सामानसुमान ठेवण्याची लहान खोली. तिला लागून डावीकडे बेडरूम, तिला लागून जेवणघर, तिथेच स्टडी आणि लिव्हिंगरूम. एवढी ही जागा, पण सुंदर आणि मोजक्या फर्निचरने सजविलेली, जागोजागी हिरव्यागार कुंड्या मांडलेल्या. भिंतीवर मोने या चित्रकाराचे एकच चित्र आणि बर्फाची टोपी घातलेल्या आल्प्सचा एक मोठा फोटो. बस्स!

महिना साडे-सातशे रुपये भाडे असलेला हा फ्लॅट. शबाना पती-पत्नी ही दोघेही सायंटिस्ट होती आणि न्युक्लिअर रिसर्च सेंटरमध्ये नोकरी करीत होती. पण त्यांच्या या घरात लहानशी लायब्ररी होती. तिच्यात फ्रेंच चित्रकलेचा इतिहास होता. 'ला रुझ' हा फ्रेंच एनसायक्लोपिडिया होता आणि या 'इजेर' प्रांतातल्या प्रत्येक प्रसिद्ध गावासंबंधी समग्र माहिती देणारी पुस्तके होती.

माझी खोली सजवून तयार होती. गुबगुबीत, उबदार बेड, दोन खुर्च्या, एक टिपॉय, टेबललँप. आणखी एक टिपॉय, त्यावर कटग्लासचे भांडे आणि त्यात जांभळ्या-पिवळ्या रंगाची फुले, बेडवर टॉवेल, नॅपकीन, स्पंजिंगसाठी एक छोटा नॅपकीन.

अँगस शबानांनी आधी घरभर हिंडवून मला घराचा भूगोल समजावून दिला आणि त्या स्वयंपाकाला लागल्या. दरम्यान लुई शबानांनी ग्रनोब्लचा एक छोटा नकाशा, बसचे वेळापत्रक आणि स्वतःच्या नावपत्त्याचे कार्ड, टेलिफोन नंबर हे

सगळे तयार ठेवले होते.

नकाशा मांडीवर पसरून त्यांनी आपले घर कुठे आहे, ते मला दाखविले. बस रूट कुठे, कसा जातो, हे सांगितले आणि 'पत्त्याचे कार्ड नेहमी जवळ ठेव, जर कोठे चुकलास तर तुला फोन करता येईल,' असे बजावले.

लवकरच जेवण तयार झाले. पुष्कळसे भारतीय शाकाहारी असतात, असा समज फ्रान्समध्ये बऱ्याच ठिकाणी मला दिसून आला. कच्चे सलाड, उकडलेली भाजी, आम्लेट, चीज, ब्रेड, लोणी आणि फळे असा बेत होता. शबानाबाई या जेवताना नेहमी फ्रेंच-इंग्रजी डिक्शनरी घेऊन बसत.

जेवताना अशी प्रश्नोत्तरे झाली –

"तुम्ही रात्रीच्या जेवणात काय खाता?"

"पोळी, भाजी, भात, वरण, कोशिंबीर, ताक."

"मटण?"

"आठवड्यातून एक वेळ."

"चिकन?"

"अधूनमधून."

"अंडी?"

"रोजच्या जेवणात असतातच, असं नाही; पण असतात."

"मासे?"

"कधीमधी."

"म्हणजे तू सगळं खातोस!"

"हो, अमुक एक पदार्थ वर्ज्य, असं माझं नाही."

"आणि जेवताना पिता काय?"

"पाणी."

"वाईन?"

"नाही."

"बिअर?"

"नाही."

"चहा, कॉफी?"

"नाही."

"अपरेटिव्ह?"

"कधी-कधी. जेवणाआधी जिन किंवा व्हिस्की असे मद्य घेतो, पण तो आवश्यक पदार्थ नाही."

"पण जेवणात असला तर चालतो?"

“जरूर.”

इतका वेळ पाण्याचा मोठा जार टेबलावर होता. शबानाबाई हसतच उठल्या आणि रेड वाईनची बाटली त्यांनी टेबलावर आणून ठेवली.

फ्रान्समध्ये पाणी पीत नाहीत, हा आपला समजही चुकीचा आहे, असे माझ्या ध्यानात येऊन चुकले. देशात आढळणाऱ्या लिव्हरच्या वाढत्या आजारामुळे फ्रेंच सरकारने वाईन, अल्कोहोलविरुद्ध काही वर्षे मोहीम उघडल्याचा हा परिणाम असावा. जेवणाच्या टेबलावर पाणी ठेवलेले मला सर्वत्र दिसून आले. मुद्दाम पाणी कधी मागावे लागले नाही, अगदी हॉटेलमध्येसुद्धा नाही.

दुसऱ्या दिवशी शनिवार होता. म्हणजे आता दोन दिवस मला आणि शबाना पतिपत्नींनाही सुट्टी होती. लुई शबाना म्हणाले, “उद्या जर हवा चांगली राहिली, तर आपण गाडीनं आल्प्समध्ये जाऊ.”

रात्री थंडी बरीच पडली. बाहेर वारा घोंगावत होता. त्याचे गुरगुरणे मी ऐकत होतो. सकाळी आभाळ कुंद झाले आणि चक्क पाऊस पडला. आमचे जाणे रहित झाले.

सुपर मार्केटमध्ये मात्र जाऊन आलो. इतर अनेक खाद्यपदार्थांबरोबर तिथे शिकारही होती. रानडुक्कर न सोलता तसेच ठेवले होते, ससे होते, गेमबर्ड्सही होते. मासे, कोंबडी यांबरोबर शबानाबाईंनी ग्लाडिओ फुलांचा एक मोठा गुच्छही खरेदी केला. सगळीच फुले उमललेली नव्हती. घरी येताच लिव्हिंगरूमच्या पुस्तकांच्या कपाटावर एक भलेमोठे कटग्लासचे भांडे होते, त्यात ही फुले ठेवून दिली. ती पुढल्या शनिवारपर्यंत उमलत होती आणि ताजीही राहिली होती.

फ्रेंच लोकांची ही सौंदर्यदृष्टी मला पुढे जागोजागी आढळून आली. रंगाचे तर त्यांना वेडच आहे. साधी काड्याची पेटी ती काय, पण तीसुद्धा रंगीबेरंगी! गूल जांभळे तर काडी पिवळी. गूल तांबडे तर काडी जांभळी. ऑफिसमध्ये पेन्सिलीसुद्धा नाना रंगाच्या... भगव्या, पिवळ्या, शेंदरी, निळ्या, हिरव्या.

जागोजागी उत्तम बागा होत्या आणि अनेक रंगांच्या फुलझाडांच्या एकत्र लावलेल्या लठ्ठ ओळी बागांतून होत्या. पावसाळ्यामुळे रस्त्याकडेची झाडे पिवळी, तांबडी झाली होती. घरावर सोडलेल्या वेली तांबूस हिरव्या होत्या. चौफेर रंगांची उधळणच होती.

फ्रान्समधील अनेक चित्रकारांच्या चित्रांचा विषय झालेली साइडवॉकची कॅफेज तर किती सुंदर होती! नाना रंगांच्या खुर्च्या आणि टेबले. वर छायेसाठी रंगीबेरंगी छत्र्या. फुलांच्या कुंड्या आणि या कॅफेतून गर्दी करणारी रंगीबेरंगी माणसे.

‘प्लस ग्रनाट’ नावाची एक उत्तम जागा ग्रनोब्लमध्ये होती. भरवस्तीत असलेला रस्ता. दोन्हीकडे कॅफेज, बार. कपड्यांची, खाद्यपदार्थांची दुकाने. अशी ही गर्दीची

जागा. पण कोणा रसिक माणसाच्या डोक्यात आले की, इथली वाहतूक बंद करावी आणि शंभर-दीडशे यार्ड लांब आणि तितकाच रुंद असा हा चौक लोकांना संध्याकाळी निवांत बसण्याजोगा करावा. अधिकारी लोकांनी हा निर्णय जेव्हा घेतला, तेव्हा सगळ्यांनी कडाडून विरोध केला. दुकानदार म्हणाले, 'आमचा धंदा बसेल.' पण हा विरोध पुढे राहणार नाही, याबद्दल अधिकाऱ्यांची खात्री होती. त्यांनी रस्ता छान फरसबंदी केला. जागोजाग फुलांचे ताटवे लावले, कारंजी उडवली. वेली वाढवून लताकुंज तयार केले आणि वाहनांना हा रस्ता बंद केला. आता रोज संध्याकाळी शेकडो स्त्री-पुरुष या चौकात येऊन बसतात. खाद्यपेयांचा आस्वाद घेत गप्पा करतात. सगळा चौक फुलून जातो. दुरून पाहावे तर मोने, क्रॉस किंवा लोत्रेक यांचे एखादे भव्य तैलचित्र सजविलेले आहे, असा भास होतो.

केवळ ग्रनोब्ललाच नव्हे, तर ही अशी उघड्यावरील ठिकाणे सर्वत्र होती. अव्हिनो, आर्ल, शांबेरी, ॲन्सी – ज्या-ज्या गावी मी गेलो, तिथे-तिथे असा चौक दिसला. अव्हिनो या गावी तर पाचशे माणसे बसतील, एवढा सुंदर चौक होता आणि प्रति वर्षी इथे नाट्य, सिनेमा, संगीत यांची रोज जत्रा असते; असे मला कळले. या चौकात सारख्या अंतरावर, सारख्या उंचीची सुरेख झाडे होती, मोठमोठे पुतळे होते, कारंजी होती आणि पांढऱ्या कबुतरांची गर्दी होती. रस्त्याकडेची आणि बागेतील झाडे हे तर फ्रान्सचे भूषण आहे.

ग्रनोब्ल तसे फार मोठे गाव नाही. सारी लोकवस्ती तीन-सव्वातीन लाख. पण या गावाची रचना केवढी सुंदर होती आणि डोळे भरून पाहावीत, अशी कितीतरी ठिकाणे इथे होती.

पिकासो, सेझान, मोने, लातूर, रोदा यांसारख्या चित्रकार-शिल्पकारांच्या कलाकृती असलेले मोठे म्युझिअम ग्रनोब्लला होते. 'मेझो द ला कल्चूर'सारखे प्रचंड सांस्कृतिक भवन होते. गावाशेजारून सापाप्रमाणे वळसे घेत जाणाऱ्या इजेर नदीच्या ऐलतीरावरून उंच डोंगरावर जाण्यासाठी पाळणे होते. काही मिनिटांत वर गेले की, तिथे उत्तम कॅफे, बाग, बसायची सोय. ग्रनोब्लचा सुंदर देखावा तिथून पाहावा. गावाशेजारीच उत्तमोत्तम इमारतींनी नटलेले ग्रनोब्ल विद्यापीठ होते. नाना देशांतील सुमारे तीस हजार विद्यार्थी इथे शिकत होते. विद्यापीठातल्या ॲम्फीथिएटरची इमारत म्हणजे आल्प्स पर्वताचा एक प्रचंड सुळका होता. चौफेर डोंगर असलेल्या ग्रनोब्लमधल्या अनेक इमारतींवर अशी आल्प्सची सावली पडल्याचे दिसते. आल्प्सच्या सुळक्याप्रमाणे इमारतींचे डिझाईन कुठे दिसते; तर आल्प्सच्या राखी रंगाच्या दगडाशी नाते सांगणारे सिमेंटचे ओबड-धोबड ओतकाम तसेच ठेवून बाकी इमारत मात्र चकचकीत काचेने, पिवळ्या-तांबड्या लाकडाने सजविलेली दिसते. एवढेच काय, आजूबाजूच्या डोंगराशी सूर जुळावा म्हणून, मी राहात होतो त्या वसाहतीच्या प्रांगणात लहान-लहान गोल

टेकड्याही कृत्रिमरीत्या तयार केलेल्या होत्या. त्यावर हिरवी मखमली हिरवळ होती. सरळ वाढणारी, रंगीत, पानांची, पांढऱ्या बुंध्याची झाडे होती. सुट्टीच्या दिवशी ऊन पडले म्हणजे वसाहतीतील गोमटी पोरे आणि केसाळ कुत्री या टेकड्यांवर चढून लोळण घेत.

'मेझो द कल्चूर'ची सगळी इमारत काळ्या-तांबड्या रंगात रंगलेली का, तर या गावाचे वैभव अशा स्तान्दालची ('द रेड अॅण्ड द ब्लॅक'चा लेखक) स्मृती म्हणून. या इमारतीत सगळे होते. लहानमोठी अशी नाटकाची तीन थिएटर्स होती, उत्तम लायब्ररी होती. कोणत्याही देशातले संगीत ऐकता यावे, अशी रेकॉर्ड-लायब्ररी आणि लिसनिंग बूथ्स होते. होतकरू चित्रकारांना आपल्या चित्रांची प्रदर्शने भरविता यावीत, म्हणून आर्ट गॅलरी होती आणि या सर्वांचा उपयोग ग्रनोब्लचे रसिक रहिवासी करून घेत होते. प्रदर्शनात झळकलेले चित्र माफक भाड्याने घरी आणून लावतासुद्धा येई.

या इमारतीतील लहानशा थिएटरात मी एक नाटक पाहिले. नाटकाला स्थळकाळाचे काही बंधन नव्हते. लाकडाच्या फळ्यांनी उभारलेल्या फार्महाउसमध्ये कथानक घडायचे होते तर – सगळे थिएटरच लाकडाच्या फळ्या ठोकून फार्महाउससारखे केले होते. रंगमंचावर वाळू टाकून तो बराच उंच करण्यात आला होता आणि पाच-सहाशे प्रेक्षक बसतील, एवढ्याच खुर्च्या होत्या. प्रवेशदारातून आत आले की, आपण फार्महाउसमध्ये आलो, असे वाटत होते. रंगलेली पात्रेच पुन:पुन्हा रंगमंचावर आली आणि लोकांनी टाळ्या वाजून त्यांना पुन:पुन्हा यायला लावले. नाटक संपल्यावर रंग न पुसलेली पात्रे, दिग्दर्शक, लेखक, संगीतदिग्दर्शक – ही मंडळी प्रेक्षकांसमोर येऊन बसली आणि सुमारे तासभर प्रश्नोत्तरांचा कार्यक्रम झाला. लोक प्रश्न विचारीत होते आणि नाटकवाले त्यांना उत्तरे देत होते. नाटक संपताच घाईघाईने कोणी निघून गेले नाही आणि 'छे-छे, फुकट पैसे गेले,' असे म्हणालेही नाही. हे नव्या लेखकाचे आगळेच नाटक नाटकवाल्यांनी धीटपणे मांडले आणि लोकांनी ते पाहून वाहवा केली. आडवेतिडवे प्रश्नही विचारले. नाटक करणाऱ्यांत आणि प्रेक्षकांत 'आम्ही कोण, तुम्ही कोण,' अशी तुटक वृत्ती मुळीच दिसली नाही.

आमचा सामुदायिक कार्यक्रम धावपळीचा होता. रोज सकाळी न्याहारी झाली की, बाहेर पडायचे आणि संध्याकाळी सहा-साडेसहाला परत यायचे. आज मॅक्रोनी फॅक्टरीला भेट, उद्या वृद्धाश्रमाला भेट, परवा म्युझियम पाहायचे, तेरवा संगीताचे शिक्षण देणारी संस्था. एक दिवस 'इजेर प्रांतातील शेती' या विषयावर माहिती घेण्यासाठी जायचे, तर दुसऱ्या दिवशी ग्रनोब्ल विद्यापीठाला भेट. या सगळ्या भेटीत सोबत कोणीतरी इंग्रजी बोलणारी सामाजिक कार्यकर्ती असायची. तिने माहिती देणाऱ्याचे बोलणे आम्हाला इंग्रजीत भाषांतर करून सांगायचे आणि आमचे प्रश्न

फ्रेंचमधून विचारायचे.

विद्यापीठाच्या भेटीत कोणीतरी गमतीदार प्रश्न विचारले. विद्यार्थ्यांचा प्रतिनिधी असलेला एक फ्रेंच तरुण उत्तरे देत होता.

आमच्यापैकी कोणी पुरुषानेच विचारले, "विद्यार्थ्यांना आपल्या खोलीत मद्य ठेवण्याची परवानगी आहे का?"

"आहे. मी माझ्या खोलीतसुद्धा ठेवतो."

"मुलंमुली एका खोलीत राहतात का?"

हा प्रश्न फ्रेंचमधून सांगताना दुभाषीबाई हसल्या आणि तो ऐकून विद्यापीठाचे अधिकारीही हसले. त्यांनी उत्तर दिले, "प्रत्येक खोलीत एकच बेड आहे आणि त्याची रुंदी फक्त अडीच फूट आहे."

यावर बराच हशा उसळला आणि लगेच कोणीतरी विचारले, "आम्हाला खोली पाहायला मिळेल का?"

"अवश्य."

आम्ही एक मोकळी खोली पाहिली. ती सर्व सोयींनी युक्त होती; पण दोघांसाठी खरेच गैरसोयीची होती. ग्रनोब्ल विद्यापीठाचे एकूण आवार चारशे एकर होते!

आल्प्सचे दर्शन मला रोज सकाळी होई. माझ्या खोलीतील मोठ्या खिडकीची काच आणि निळ्या पत्र्याची झडप वर केली की, खाली हिरवीगार बाग व त्या गोंडस टेकड्या दिसत. बागेला लागूनच मक्याचे शेत होते. पिवळ्याजर्द अशा त्या शेतावरून काळेभोर कावळे उडत, तेव्हा मला व्हान गॉगचे प्रसिद्ध पेंटिंग आठवे – 'क्रोज ऑन द मेझफील्ड' आणि या शेताला लागूनच प्रचंड आल्प्सची शिखरे होती. दिवस बरा असला, तर ती दिसत. एरवी धुक्यात बुडून गेलेली असत. सुट्टीच्या दिवशी पाठीवर पिशवी लादून लुई शबाना डोंगर तुडवायला जात. या साप्ताहिक पायपिटीमुळेच मला वाटते, ते एवढे चपळ राहिले होते. बर्फावरून घसरण्याचा खेळही त्यांना चांगला अवगत होता. ग्रनोब्ल हे हिवाळी खेळाचे प्रमुख आणि प्रसिद्ध असे केंद्रच होते. १९६८ साली ऑलिंपिक गेम्स इथेच खेळले गेले होते आणि शहरातील बऱ्याच नव्या इमारती त्या काळात उभ्या राहिल्या होत्या.

एका सुट्टीच्या दिवशी गाडी काढून आम्ही डोंगरात गेलो.

ॲंगसबाई म्हणाल्या, "लग्नापूर्वी मी लुईबरोबर खूप भटकत असे. आता मात्र मला कंटाळा येतो. पाय दुखतात."

मी म्हणालो, "हो, लग्नानंतर असंच घडतं!"

ऋतुकालपरत्वे जंगलातील झाडांनी अनेक रंग धारण केले होते. सोनेरी

पिवळ्या, तांबूस, पोपटी रंगाचा दर्याच उसळला होता. मधूनच रस्त्याकडेला पिवळीधमक लाकडी घरे दिसत होती. कुठे हिरवळीवर तांबड्या गाई चरत होत्या. सफरचंदाची झाडे लाल फळांनी लहडली होती. कुठे पिअर्स, तर कुठे अप्रिकॉट, कुठे निळी-जांभळी द्राक्षे – अशा बहरलेल्या बागा दिसत होत्या. अक्रोडाची फळे आता पक्व झाली होती. चेस्टनट्स पक्व झाले होते. ठिकठिकाणी त्यांची झोडणी, वेचणी चालू होती.

वळसे, वेलांट्या घेत-घेत आम्ही डोंगराच्या कुशीतल्या एका खेड्यात आलो. अँगसबाई म्हणाल्या, ''इथे एक सुरेख असे आधुनिक चर्च आहे. तुला आवडेल.''

चर्चच्या प्रवेशद्वारासमोर उंच डोंगर होता. त्याची सारी उतरण हिरव्यागर्द 'फर' झाडांनी भरलेली होती. हिरव्या रंगाच्या नाना छटा अगदी थेट चर्चच्या पायाशी येऊन पोहोचल्या होत्या. द्वाररक्षकाने सुरेख पॉलिश केलेले चर्चचे भव्य लाकडी दार उघडले, तेव्हा आत दोन्ही बाजूंना लावलेली भव्य पेंटिंग्ज दिसली. समोरच्या हिरव्या रंगासाठी चित्रकाराने ही सगळी पेंटिंग्ज तांबड्या कॅनव्हासवर काळ्या रंगाने रंगविली होती. चित्रांचा विषय होता 'टेन कमांडमेन्ट्स'. सहा बाय आठच्या या प्रत्येक कॅनव्हासवर एकेक आज्ञा चित्रबद्ध केलेली होती. 'चोरी करू नये,' ही आज्ञा लिहिलेला दगड हातात घेऊन चित्राच्या डाव्या कोपऱ्यात कोणी साधुपुरुष उभा होता आणि उजव्या कोपऱ्यात चित्र होते. जेवणाचे टेबल, त्यावर आठ वर्षांचे मूल जेवायला बसले आहे, शेजारी आई बसली आहे. मुलाने पोटभर जेवावे, म्हणून तिचे आतडे तुटते आहे आणि ते पोर मात्र खुर्चीवर बसल्या-बसल्या खाली वाकून टेबलाशी आलेल्या मांजराला मासा देण्यात दंग आहे. त्याचा उजवा दंड धरून आई दुधाचा ग्लास पुढे करते आहे. ही सारी चित्रे साध्या गोणपाटावर रंगविलेली होती आणि ही सजावट ग्रनोब्लच्याच 'पिरो' नावाच्या एका नव्या चित्रकाराने केली होती. हे चर्च बांधणीपासून सजावटीपर्यंत अत्यंत कलात्मक असे होते. अनेक नव्या चित्रकारांची सुंदर-सुंदर चित्रे होती. मी तास-दीड तास चित्रे पाहात होतो.

मग आम्ही पुढे निघालो. पुन्हा काही चढ, काही उतार पार केले आणि एका जुन्या कॉन्व्हेंटजवळ आलो. बरीच मोठी अशी ही वस्ती होती. भव्य इमारती होत्या आणि त्या फार जुन्या होत्या. कितव्या शतकातल्या ते आता माझ्या स्मरणात नाही. कॉन्व्हेंट पाहायला परवानगी नव्हती, पण शेजारच्या जुन्या वास्तूत म्युझियम होते. ते पाहता येत होते. म्युझियममध्ये जुन्या काळातील वस्तू होत्या. लाकडी खोल्या होत्या, बेड होते. निर्जन अशा जागी एकांतात राहून आध्यात्मिक साधनेत काळ घालविणाऱ्या या लोकांच्या जीवनाविषयी जेवढे काही उपलब्ध होते, ते सारे इथे ठेवलेले होते. आपल्याकडील बुद्ध आश्रमांच्या गुहा पाहाव्यात, तसे हे सगळे मला वाटले.

आवारातून बाहेर पडताना जवळच असलेल्या स्टॉलकडे अँगसबाई गडबडीने गेल्या. मला वाटले; चॉकोलेट किंवा स्वीट्स घेण्यासाठी गेल्या असाव्यात. (हे त्यांचे स्टेपल फूड आहे, असे लुई शबाना म्हणत.) पण त्या दोन लहान बाटल्या घेऊन आल्या. चार-चार इंच उंचीच्या या दोन छोट्या बाटल्या कसल्यातरी द्रवाने भरलेल्या होत्या. एकीत हिरवा द्रव होता, दुसरीत पिवळा होता.

गाडीत बसल्यावर त्या बाटल्या मला दाखवून त्यांनी विचारले, "हे काय, माहीत आहे?"

"नाही."

"लिक्यूर! फार प्रसिद्ध अशी ही लिक्यूर आहे. डोंगरात सापडणाऱ्या वनस्पतीपासून मंक ती तयार करतात. ही पिवळी आहे. ती फार स्ट्रॉंग आहे. आपण आज जेवल्यावर घेऊ. झोप छान येते."

पिवळी लिक्यूर फारच स्ट्रॉंग होती. कारण दुसऱ्या दिवशी सकाळी कधी नव्हे ती माझ्या दारावर टक्ऽटक् ऐकू आली आणि पाठोपाठ अँगसबाईंचा आवाज आला, "आठ वाजले. आज कार्यक्रमाला बुट्टी काय?"

रोज सकाळी सहा वाजता उठणारा मी ताडकन उठून म्हणालो, "छे-छे, जाणार तर! तुम्ही ऑफिसला जा. मी साडे-अठच्या बसने गावात जाईन. आज आम्ही 'ला प्लांज'ला जाणार आहोत."

"मग मुळीच चुकवू नकोस. सुरेख ठिकाण आहे. हवा मात्र आज ठीक नाही. जाताना गळपट्टा आणि स्वेटर घेऊन जा. तुझा रेनप्रुफ कोटही घे. थंडी असेल. पाऊस पडेल."

"हो, हो."

"वुईश यू अ गुड ट्रिप अँड हॅपी डे."

"मेर्सी मादाम, मेर्सी बोकू."

आभाळ भरून आले होते. गार वारे अंगाला झोंबत होते. प्लस ग्रनाटजवळ आमची भलीमोठी बस उभी होती. एकेक करता सगळी मंडळी जमली आणि बस सुरू झाली. आज डोंगरमाथ्यावर शंभर-सव्वाशे किलोमीटर्सची ट्रीपच होती; पण ग्रनोब्लची लहरी हवा वरपर्यंत जाऊ देईल की नाही, याची शंका होती.

सुरुवातीला ग्रनोब्लचे 'कोयना' पाहिले. कोयनेला जे पाहिले होते तेच बांधकाम, पण अनेक पटीने श्रीमंत. हिंडता-फिरता साडे-अकरा वाजले. तिथून बस पुन्हा डोंगर चढू लागली. एक वाजता रस्त्यावरच्या एका लहानशा हॉटेलात सगळे शिरलो. पाऊस, वारा होताच. लीडरबाईंनी येताना स्वतःबरोबरच सर्वांचे लंच आणले होते. प्लॅस्टिकच्या बंद पिशव्या, त्यात मोठमोठे दोन सँडविच, चीज, एक लाल टोमॅटो,

एक सफरचंद. कॉफीचा कप घेऊन प्रत्येकाने लंच उरकले आणि यात्रा पुढे सुरू झाली.

हळूहळू रस्त्यावर रांगोळी पेरल्यासारखे हिम दिसू लागले. जसजसे वर गेलो, तसतसा भुरूभुरू हिमवर्षाव सुरू झाला आणि बघता-बघता जादूची कांडी फिरावी, तशी आजूबाजूची सृष्टी पालटली. झाडे पांढरीफटक झाली. जमीन, डोंगर, रस्ता – सगळे पांढरेशुभ्र होऊन गेले. आमच्यापैकी बऱ्याच जणांना हा अनुभव नवा होता. बसमध्ये बसल्या-बसल्या खिडक्यांच्या काचांना नाक लावून बाहेरची विलक्षण दुनिया आम्ही पाहात होतो. सीझनमधला हा पहिला हिमवर्षाव होता.

कुठेतरी उंचावर येऊन बस थांबली. सर्वत्र शुभ्र हिम पसरले होते आणि डाव्या बाजूने; त्या ढोपरभर हिमातून रस्ता काढीत तांबड्या गाईंचा एक कळप येत होता. त्यांच्या पाठीवर हिम पडत होते. दोन्ही शिंगांमध्ये ते साचले होते. बाजूला लाकडी घर होते. त्याचे छप्पर हिमाने झाकून गेले होते. फरची झाडे हिमाने भरून गेली होती. आम्ही एका वेगळ्याच दुनियेत आलो होतो.

बसचे दार उघडताच आरडाओरडा करीत, लहान मुले पहिल्या पावसात धावतात, तसे आम्ही बाहेर पडलो. हवाबंद बसमध्ये लागत नव्हता, तो गारठा लागू लागला. पाय हिमात बुडू लागले. वरून भुरूभुरू हिमकण येत होते. शुभ्र हिमावर पावले उठवीत, एकमेकांच्या अंगावर बर्फाचे गोळे फेकीत सर्व जण काही वेळ हुंदडले, भिजले आणि मग कुडकुडत गाडीत येऊन बसले.

इतका वेळ कोरडी असलेली बस पायांबरोबर आलेल्या बर्फाने ओली झाली. आपली डोकी आणि कपडे ओले आहेत, हे आता कुठे प्रत्येकाच्या ध्यानात आले.

तिथून पुढे स्कीइंग सेंटरला जाईपर्यंत हिमवर्षाव होतच होता. सेंटरवर पोहोचलो; तर तिथल्या इमारती, मोटारगाड्या, झाडेझुडे पांढरीशुभ्र झाली होती. धावत-पळत आम्ही लहानशा बारमध्ये गेलो आणि गरम कॉफीचे घोट घेताच कसे बरे वाटले.

एवढ्या गारठ्यात कॉफी काय प्यायची, म्हणून काही जणांनी 'कोनॅक' मागविली, तेव्हा लीडरबाईंनी बजावले, "या इतक्या उंचीवर मद्य घेणं चांगलं नाही. इथं बरं वाटेल, पण खाली पोहोचताच तुम्ही आजारी पडाल!"

यावर आमच्यापैकी कोणीतरी मराठीत पुटपुटले, "छे, बुवा! फ्रान्समध्ये व्यक्तिस्वातंत्र्याची बूज केली जाते, असं ऐकलं होतं; पण ते काही खरं नाही!"

खरे म्हणजे सर्वसाधारण फ्रेंच माणसाला 'अमुक करू नका' असे सांगितले, की ते हटकून करावे वाटते. 'ज्याला बंदी असते ते करावेच,' अशी एक म्हणही फ्रेंचमध्ये आहे. फ्रान्समध्ये तीन-चार वर्षे राहिलेल्या एका वऱ्हाडी माणसाने यावर एक गमतीदार गोष्टही मला सांगितली :

टुरिस्ट बसमधून काही प्रवासी एक तळे पाहायला गेले. तळ्याचे पाणी फारच

थंड होते; पण असा बूट निघाला की, यात बुडी मारावी. प्रथम आव्हान करण्यात आले ते अमेरिकन माणसाला. तो म्हणाला, ''मी नुळीच बुडी मारणार नाही, पाणी फार थंड आहे.'' अनेक जणांनी सांगूनही गृहस्थ तयार होईना, तेव्हा टूरचा गाइड पुढे सरसावला आणि त्याने अमेरिकन माणसाला बाजूला घेऊन सांगितले की, ''अरे, पण गृहस्था, यात तुझं नुकसान आहे. तळ्यात अंघोळ करण्याबद्दलची फी आम्ही आधीच तुझ्याकडून घेतली आहे.''

हे ऐकताच अमेरिकन माणसाने पाण्यात उडी घेतली.

दुसरा माणूस जर्मन होता. तोही तयार होईना. शेवटी जेव्हा त्याला सांगण्यात आले की, 'हा शिस्तीचा प्रश्न आहे. इथे येणाऱ्या प्रत्येक टुरिस्टने बुडी मारलीच पाहिजे, असा नियम आहे. जर्मन लोक हे फार शिस्तप्रिय आहेत, हा लौकिक तुझ्या या वागण्यानं जाईल. काही देशाभिमान आहे की नाही तुला?' त्याबरोबर जर्मन माणसाने बुडी घेतली.

राहता राहिला फ्रेंच गृहस्थ. त्याला कोण तयार करणार? गाइडने सांगून पाहिले की, याची फी आम्ही घेतलेली आहे. फ्रेंच माणूस म्हणाला, ''टू हेल वुइथ द फी. मी उडी घेणार नाही.''

त्या शिस्तप्रिय माणसानेही सांगून पाहिले, पण फ्रेंच माणूस म्हणाला, ''शिस्त गेली खड्ड्यात, मी बुडी मारणार नाही.''

काही केल्या तो ऐकेचना. शेवटी कोणीतरी त्याला गंभीरपणे सांगितले की, ''तुम्ही बुडी मारूच नका बुवा! कारण मला नक्की कळलं आहे की, या पाण्यात बुडी मारायला बंदी आहे.''

हे ऐकताच फ्रेंच माणसाने तात्काळ पाण्यात उडी ठोकली.

तात्पर्य काय की, आमच्या ग्रुपपैकी दोघे-चौघे फ्रेंच माणसासारखे वागले आणि तेवढ्या उंचीवर मद्य घेऊन खाली उतरल्यावर मुळीच आजारी पडले नाहीत.

ग्रनोब्लचे दिवस भराभर संपत होते. एके दिवशी नव्या ग्रनोब्लचे प्लॅनिंग समजावून सांगण्यासाठी दोन वास्तुशिल्पज्ञ आले. हे वाढते शहर पुढे कसे वाढावे, यासाठी त्यांनी प्लॅनिंग केले होते. 'प्रमोल' नावाच्या सांस्कृतिक भवनाच्या छोट्या थिएटरमध्ये रंगीत स्लाइड्स दाखवून त्यांनी आम्हाला नव्या ग्रनोब्लचे दर्शन घडविले.

''या इमारती षटकोनी असतील आणि त्या कॉलमवर बांधल्या जातील. माणसांनी चालावेत, असे रस्ते वरच असतील. प्रत्येक वसाहतीची स्वत:ची शाळा असेल, मार्केट असेल, सांस्कृतिक भवन असेल. या इमारतीतील भिंती तात्पुरत्या सरकवून त्यांचे मोठे हॉल्स किंवा लहान खोल्या कशाही करता येतील. मोटारींची वाहतूक सगळी खालच्या रस्त्यांवरून होईल. माणसांनी चालण्याचे फूटपाथ वरून

असतील. सर्व इमारती फूटपाथने जोडल्या जातील. मधल्या इमारती उंच-उंच असतील आणि मग इमारतींची उंची कमी-कमी होत, वसाहतीच्या कडेच्या इमारती कमी उंच असतील. यामुळे आसपास असलेल्या डोंगरांशी या नव्या शहराचे रूप जुळतेमिळते होईल. ठिकठिकाणी प्रशस्त बागा असतील आणि कृत्रिम रीतीने तयार केलेल्या टेकड्याही असतील.''

आकर्षक रंगातल्या स्लाइड्स समोर दिसत होत्या. आमच्या तोंडून आश्चर्योद्गार निघत होते. टोकदार भुरी दाढी असलेले फ्रेंच वास्तुशिल्पज्ञ माहिती सांगत होते. नव्या ग्रनोब्लचे हे चित्र अत्यंत कल्पक होते, भव्य होते, कलापूर्ण तर होतेच होते आणि आजच्या शहरी जीवनातील एकसुरीपणा, यांत्रिकता व धोके टाळण्याचा आटोकाट प्रयत्नही त्यात होता.

स्लाइड्स संपल्या आणि थिएटरमधले दिवे लागले, तेव्हा आम्ही सर्वांनी उत्स्फूर्तपणे टाळ्या वाजविल्या. पुन्हा-पुन्हा वाजविल्या आणि त्या तरुण व प्रतिभावान फ्रेंच वास्तुशिल्पज्ञांनी सस्मित मुद्रेने किंचित खाली झुकून आमच्या 'वाहवा'चा स्वीकार केला.

थिएटरमधून बाहेर पडल्यानंतर माझ्या मनात विचार आला, नव्या पुण्याच्या स्लाइड्स बघून फ्रेंच पाहुणे असा टाळ्यांचा गजर कधी बरे करतील?

■

१५ विलीविली

मध्य ऑस्ट्रेलियातल्या वैराण भागात असलेल्या लाँगरिच गावी एक मोठे शीपस्टेशन बघायला गेलो, तेव्हा विलीविली मला भेटला. या स्टेशनच्या मालकीचे जे प्रचंड रान होते, त्यात वीस-तीस मैलांच्या अंतरावर खोदलेल्या एका बोअरवर तो राखणदार होता.

आपल्या दोन बायका, पोरेबाळे आणि बरीच कुत्री सांभाळून तो तात्पुरत्या झोपडीत राहात होता. चार मेंढकी भुईत रोवून आणि आडव्या वाशावर डहाळे-फांद्या अंथरून त्याने झोपडी उभारलेली होती. माणदेशातील शेतकरी रानात घोडखोप उभी करतात, तिची आठवण मला विलीविलीची झोपडी बघून आली. एक मागली बाजू सोडली, तर झोपडी तिन्ही अंगांनी उघडीच होती.

विलीविली काळा ऑस्ट्रेलियन होता. खाली भूमी आणि वर आभाळ असेच राहायची त्याची सवय होती. माकडाप्रमाणे त्याच्या जातीचे लोकही घर बांधायला कधी उत्सुक नसत. दगडाच्या आडोशाला किंवा झाडाखाली राहावे आणि शिकारीपाठोपाठ दुनियाभर भटकावे, यात त्यांना खरा आनंद असतो.

विलीविलीचा शब्दश: अर्थ – आपल्याकडे कधी रानात अचानक उठते, तशी वावटळ. मध्य ऑस्ट्रेलियाच्या वैराण रणरणत्या वाळवंटावरून वारा वाहता-वाहता एकदम गिरगिरणारी वावटळ उठते, ठोकलेल्या तंबूंची रांगच्या रांग उधळून टाकते आणि धुरोळा, पालापाचोळा हे ते घेऊन तांबड्या धुळीचा खांबच्या खांब आभाळात उभा चढतो. पाचोळा आणि धुरोळा हजार-बाराशे फुटापर्यंत उंच उडवितो. या प्रकरणाला क्वीन्सलँडच्या प्रदेशात 'विलीविली' म्हणतात.

हे असले नाव शोभेल, असा विलीविली काही अक्राळविक्राळ दिसत नव्हता. आपला उगीच भाबडा, येडावागडा दिसत होता. आपल्याकडचे कातकरी, वारली दिसतात तसा.

मी आयुष्यात पहिल्यांदाच इतक्या दूरवरच्या, परक्या देशात आलो होतो. दोन-अडीच महिने मेलबोर्न, सिडनीसारख्या शहरांत होतो, तोवर फारसा बदल वाटला नाही; पण लाँगरिचला आल्यावर सगळे उदासवाणे, खिन्न वाटले.

लांब-लांब क्षितिजापर्यंत पोहोचलेली सपाट राने, विटक्या हिरव्या रंगाचे खुरटे गवत, कधी न बघितलेली पाखरे, जनावरे, झुडपे; वठलेली, काळी पडलेली, तुटकी मोडकी झाडे जागोजाग उभी. सर्वत्र भयाण शांतता, सतत डोक्यावर उंच फिरणाऱ्या घारी आणि टळटळणारा सूर्य.

विलीविली । ७७

विलीविलीच्या शेडपलीकडे एकच एक प्रचंड बाओबाब वृक्ष होता. अगडबंब बुंध्याचा आणि गाठाळ फांद्यांचा. त्याच्याखाली जाऊन आम्ही सावलीला बसलो. सिगारेटी पेटविल्या.

मला सारखी माडगूळची आठवण येत होती. पाणी दिलेल्या खपलीचा गार वास आठवत होता. संध्याकाळी कानावर येणारी निंबाच्या डहाळ्यांची सळसळ, गुरांचे हंबरणे, चिमण्यांचा सांजगोंधळ ऐकू येत होता.

दिवाळी आठवत होती....

माडगूळला आता घरात तळणी चालली असतील. रात्री सगळे काम आटोपल्यावर आई आणि आक्का करंज्या, अनारसे तळायला बसत.

बाहेर आभाळ चांदण्यांनी खचलेले, काळाकुट्ट अंधार....

चव बघायला आई केव्हा बोलवतीय, याची वाट बघत मी पासोडीत जागा...

डोळ्यांत झोप उतरलेली.

सोप्यात कंदिलाच्या उजेडात दादा, अप्पा, अंगाला चिलमीचा वास येणारे डांबरी रंगाचे तुकाराम पाटील; फक्त ओठांच्या दोन्ही कडेला थोड्या-थोड्या मिशा असलेले, 'च्याआयची घडघड' असं वारंवार म्हणणारे, थुलथुलीत अंगाचे विनूतात्या सोंगट्यांचा पट मांडून बसलेले. आता पहाटे थंडी सुटली, अंघोळीसाठी बोलावणी आली, म्हणजे हे सगळे दादांचे मित्र आपापल्या घरी अंघोळीला जाणार... तोपर्यंत यांचा हा खेळ चालणार... कवड्या सारख्या खुळखुळत राहणार... चिलीम सारखी फिरत राहणार....

कुठेतरी कुकबरा पक्षी 'हाऽ हाऽ' करून मोठ्यांदा हसला. विलीविली मला म्हणाला, "हा भाग दुष्काळी आहे. एका एकरात वर्षभर फक्त दोन मेंढरं जगतात."

"आमच्या मुलखातसुद्धा पाऊस फार कमी पडतो. पण दोन मेंढरांना एक एकर देण्याइतकी जमीन नसते. मग माणसं, मेंढरं जगायला दुसऱ्या मुलखात जातात...."

विलीविली गंभीर चेहऱ्याने ऐकत होता. तो म्हणाला, "आणि आमच्याकडे डिंगो आहेत. ते मेंढरं मारतात. डिंगोंना मारणारा माणसाशिवाय दुसरा प्राणी नाही. एक डिंगो मारला की, पंधरा शिलिंग बक्षीस मिळतं."

आमच्याकडेही लांडगे होते. लांडग्याचे एक शेपूट चावडीवर दाखविले की, रुपया मिळे. ही हकिगत बाळासाहेब पंत औंध संस्थानचे राजे होते, तेव्हाची. मेटकरवाडीतल्या एका धनगराने अलीकडे लांडगा मारला आणि बक्षीस मिळेल, म्हणून तालुक्याला बैलगाडीत घालून दाखवायला नेला; तर त्याला म्हणे वन्य पशु-पक्षी संरक्षण कायद्यानुसार ताकीद मिळाली, बक्षीस-बिक्षीस काही नाही. पण ही हकिकत विलीविलीला सांगून समजलीही नसती.

तो मला समजावून सांगत होता –

"डिंगो कुठून आले माहीत आहे का? आशियातनं. हजारो वर्षांमागं आशियापासनं हा भाग वेगळा झाला. मग काही वर्षांनी आमच्यासारखी काही काळी माणसं तराफ्यावरनं आली. त्यांच्याबरोबर ही कुत्री आली....

"फार हुशार जात. वाटेल ते केलं, तरी सापळ्यात सापडत नाहीत. विषारी आमिषं टाकली, तर त्याला तोंड लावत नाहीत. डिंगोचं खाद्य म्हणजे रानातले पक्षी, जनावरं. पुढे गोरे लोक आले. त्यांनी बरोबर मेंढरं आणली. डिंगोंना मेंढरं मारायला सोपी वाटतात. गोऱ्या माणसांना आवडत नाहीत डिंगो. म्हणून एका डिंगोचं मुंडकं दाखवलं, की पंधरा शिलींग...."

"आणि विली, तू कांगारूच्या शिकारीला जातोस का? मी गेलो परवा रात्री, पण काही मिळालं नाही. मला पॉइंट–टू-टूनं मारायची सवय नाही. रात्री मला शॉटगन हवी होती."

विली यावर रुंद हसला. मला वाटले, त्याला बहुतेक म्हणायचे होते, 'अरे ऑस्ट्रेलियातल्या काळ्या माणसाला तू शिकार करतोस का, म्हणून काय विचारतोस? आम्ही शिकारी म्हणूनच जन्माला येतो. या तांबड्या मातीतून एखादा सरडा जाऊ दे; आम्ही तुला त्याचा माग बरोबर काढून दाखवू.'

मग तो जागचा उठला आणि कुल्ले झाडत म्हणाला, "चल, तुला गंमत दाखवतो."

फार वेळ चालावे लागले नाही. वाळूने खड झालेल्या एका झऱ्यापाशी विलीने मला आणले होते. त्या जागेचा रागरंग बघूनच माझ्या लक्षात आले की, हे वाळून गेलेले पाण्याचे डबके आहे. मग विलीने अणकुचीदार लाकडाने बराच खोल डबरा काढला. हा या उकिरातून आता काय काढतोय, पाणी काढून दाखवतोय काय, म्हणून मी बघत होतो. पण निघालेली सगळी माती कोरडीच होती. शेवटी काखहात खड्डा झाल्यावर, भुईवर आडवे पसरून विलीने हात आत घातला, चाचपले आणि मातीने भरलेले, वाळूने खड झालेले बेडूक बाहेर काढले.

रुंद हसून तो म्हणाला, "हे अजून जितं आहे."

मला खरे वाटले नाही. पुन्हा आम्ही विलीच्या झोपडीकडे आलो. पाण्याची बादली घेऊन त्याने ती वाळलेली बेडकी आत टाकली. मी बघत होतो. काही मिनिटांतच त्या वाळल्या बेडकीचा टरटरीत चेंडू झाला आणि डोळे काढून आम्हाकडे बघू लागला. मी थक्क होऊन बघत राहिलो.

विली म्हणाला, "दुष्काळ पडायच्या आधी ही बेडकी पोटात पाणी भरून घेतात आणि जमिनीखाली गप्प बसून राहतात. पुन्हा पाणी पडेपर्यंत या पाण्यावर जगतात. आम्हाला हे ठाऊक असतं. प्रवासात पाणी मिळेनासं झालं की, आम्ही लोकं ही बेडकं शोधतो. चार बेडकं पिळली की तहान भागते...."

मी डोळे मोठे करून म्हणालो, "हो? –"

"हो. एवढंच काय, तुला आता दाखवायला जवळपास नाही; पण मध पोटात साठविणाऱ्या मुंग्या असतात. त्यांची वारुळं आम्हाला ठाऊक असतात. वाळवंटात भटकताना भूक लागली की, आम्ही या मुंग्या एकेक तोंडात टाकतो आणि मध खातो."

मला गोंदणीचे लालचुटूक माणकासारखे घोस आठवले. मधल्या सुट्टीत शाळेतून सटकायचे आणि ओढ्याकाठच्या गोंदणीच्या झाडावर चढून गोंदण्या खायच्या. चिकट तोंडाने आणि चिकट हातांनी शाळेत येऊन गुपचूप खर्डे गिरवायचे.

झोपडीतून एक लांबोडके चोपलेले कुत्रे आळसावल्या अंगाने आले आणि विलीशेजारी येऊन दोन पायांवर बसले. मी त्याच्या दिशेने हात उचलताच विली म्हणाला, "हां, सांभाळ. तो भरवशाचा नाही."

त्याने कुत्र्याला वाळली काटकी फेकून मारली, तेव्हा टणकन उडून ते झोपडीकडे गेले आणि तिथल्या सावलीत पसरले. काही वेळाने एक नागडेउघडे पोर झोपडीतून रांगत आले आणि त्याच्याशी खेळू लागले.

झोपडीतून कण्हण्याचा आवाज आला. माझा प्रश्नार्थक चेहरा बघून विली म्हणाला, "काही विशेष नाही."

मी विचारले, "तुझं हे स्टेशन केवढं मोठं आहे?"

"फार मोठं. सत्तर हजार गुरं आणि पंधराशे घोडी आहेत."

"तुम्ही किती जण देखभाल करता?"

"पंचवीस-एक गोरे लोक आणि आम्ही काळे शंभरभर."

"किती वर्षं झाली इथं नोकरी करून?"

"सात महिने. मनात येईल तेव्हा रामराम ठोकायचा आणि शिकार करीत भटकायचं. पुन्हा कुठंतरी काम मिळतंच."

अंगात फराक घातलेली, डोक्यावर केसांचे टोपले असलेली बाई झोपडीकडून आली. हसत-हसत तिने बिअरची डबडी आणि भाजलेल्या मांसाचे तुकडे ब्रेडमध्ये घालून आणून दिले. ती विलीच्या कानात काहीतरी कुजबुजली आणि येमू जावा, तशी तुरगत झोपडीकडे गेली. माझ्याकडे बघून विली म्हणाला, "मला पोरगा झाला. मघापासनं मी बातमीचीच वाट बघत होतो."

रंगीबेरंगी पोपटांचा एक मोठा थवा कलकलाट करीत आमच्या डोक्यावरून गेला.

"काँग्रॅच्युलेशन्स, विली!"

बिअरचे डबडे उंचावून मी तोंडाला लावले. पाण्यात टाकून ठेवलेली बिअर गार नव्हतीच.

"मुलगा! नाव काय ठेवशील?"

"तू सांग. चांगलं नाव दे माझ्या पोरग्यासाठी."

माझ्या डोक्यात मधूनमधून दिवाळी येत होती. थंड सकाळी अंगणात बसून आई शेणाचे पाच पांडव करते आहे. अंगाला लावलेल्या कामिनिया तेलाचा, उटण्याचा वास येतो आहे. मी दोन पायांवर बसून बघतोय. हातात करंजी आहे. सर्वांत भीम लठ्ठ.

"कोण गं आई हा? एवढा मोठ्ठा?"

"अरे हा भीम. शूर होता ना सगळ्या भावांत!"

"विली, त्याचं नाव ठेव भीम – भीम –"

विलीनं तोंड वेडंवाकडं करीत नाव दोन-चार वेळा म्हणून घेतलं.

"छान, बरोबर. भीमू – बी एच आय एम यू –"

"भिमू?"

"येस."

"अँड हू वॉज दॅट ब्लोक? नेव्हर हर्ड ऑफ हिम!"

"तू कसा ऐकणार त्याचं नाव? हजारो वर्षांमागं तो होऊन गेला. सातासमुद्रापलीकडे... ही वॉज व्हेरी बिग –" मी छाती फुगवून खांदे मागे केले.

विलीचे डोळे लकाकले.

"तो योद्धा होता का?"

"फर्स्ट क्लास! झाडं उपटून तो शत्रूला झोडपायचा."

"आणि शिकार करायचा?"

मला फक्त भीमानं केलेली बकासुराची शिकार आठवत होती आणि हिडिंबेची.

"येस, ही वॉज अ ग्रेट हंटर टू."

"टेल मी द टेल."

बापरे! सगळं महाभारत आणि तेही इंग्रजीतून विलीला सांगायचं म्हणजे पंचाईत. मग मी बकासुराची गोष्ट रंगवून रंगवून सांगितली. गाडाभर अन्न, दोन रेडे, एक ब्राह्मणपुत्र असे जबरदस्त जेवण घेणारा बकासुर. त्याला भीमाने कसे लोळवले, हैराण झालेले लोक कसे आनंदून गेले – विलीला नाव भलतेच आवडले. कमरेच्या पट्ट्यातून आपला शिकारी चाकू काढून माझ्या हातात देत तो म्हणाला, "या झाडाच्या बुंध्यावर माझ्या पोराचं नाव खोद."

नाव खोदता-खोदता मी घामाघूम झालो.

असल्या गरम हवेत कांगारू धोंड्याच्या आडोशाला गप्प बसून राहतात, ते उगीच नाही. हालचालीने, श्रमाने शक्तिपात होतो.

सुतार उत्तमसा पाळणा नाही. नाव ठेवायला आत्या नाही. 'कुणी गोपाळ घ्या, कुणी गोविंद घ्या,' असे म्हणत गोपा नाचविणाऱ्या सवाष्णी नाहीत. कुणी बाळाच्या कानात कुर्रर्र करून नाव सांगितले नाही. पण विलीच्या पोराचे नामकरण झाले.

राक्षसी झाडाच्या बुंध्यावर मी ते कोरले आणि चेहऱ्याभोवती फिरणाऱ्या माशा टाळीने मारत विलीने ते बघितले. बास! एवढाच नाव ठेवण्याचा समारंभ. बिअरच्या डबड्यातले शेवटचे थेंब जिभेवर टाकून आम्ही डबड्याचे फुटबॉल हवेत उडविले.

लाँगरिचच्या लहानशा रेडिओ स्टेशनवर काम करणारा बिल, मला विलीच्या स्वाधीन करून दीडशे मैलांवर कुणाचे रेकॉर्डिंग करायला गेला होता, तो जीप उडवत आला. कपड्यांवरचा धुरोळा झाडत खाली उतरला. म्हणाला, ''हॉप इन् मेट! लेट अस गो.''

मी, विलीला पुत्र झाल्याची शुभवार्ता त्याला सांगितली. कोरलेले नावही दाखविले. या काळ्या माणसाला पोर झाले, याचे काही कौतुक त्याला नसावे.

एक हात वर करून मी विलीचा निरोप घेतला. त्याची-माझी गाठ आता या जन्मात पुन्हा पडायची नव्हती. धुरोळ्याने भरलेल्या रस्त्याने जीप गचके घेत होती. बिल विचारत होता, ''डिड यू इन्जॉय विलीज कंपनी, व्हेंकी?''

या गोष्टीला आता पंधरा वर्षे उलटून गेली आहेत. तुमच्यापैकी कुणी कधी ऑस्ट्रेलियाला जाल, तेव्हा लाँगरिचला जाच. तडक रेडिओ स्टेशनवर जा. कुणीतरी किथ फ्रँकलीन किंवा बॉब लोगन किंवा ग्रॅहॅम व्हाईट, तिथला रूरल ऑफिसर असणारच. त्याला विनंती करा की, ''गड्या, काहीही कर; पण मला व्हिक्टोरिया डाऊन्स या कॅटल स्टेशनला घेऊन चल.'' बहुतेक तो नाही म्हणणार नाही. रूरल ऑफिसर हा फार उमदा माणूस असतो.

सगळे स्टेशन फिरून झाले. ढेरपोट्या स्टेशनबॉसचा पाहुणचार घेतला की, बारा नंबरच्या बोअर विहिरीवर चक्कर टाका. तो प्रचंड बाओबाब वृक्ष तिथे अजून असणारच. तिथे मी कोरलेले नाव तुम्हाला दिसेल.

भिमू आता पंधरा वर्षांचा झाला असेल. त्याच किंवा इतर कुठल्यातरी शीपस्टेशनवर तो आता स्टॉकमन होऊन सारखा घोड्यावर असेल. तो तुम्हाला दिसेल न दिसेल, पण विली बहुतेक भेटेल. तो आता थकला असेल.

त्याला आठवण द्या आणि माझा सलाम सांगा. म्हणावे, त्या वेळेला सांगायचे राहून गेले, पण आणखीन एक भिमू नावाचा प्रचंड मोठा माणूस आमच्याकडे होऊन गेला.

साहजिकच विली म्हणेल, ''टेल मी द टेल.''

मग झाडाखाली बसून त्याला सगळी कहाणी सांगा.

गावाबाहेरच्या वस्तीत तो भिमू कसा जन्मला, त्याने काय-काय सोसले, स्वत:च्या बुद्धीच्या हिमतीवर तो केवढा मोठा झाला आणि आपल्या सर्व जातीला त्याने कसे शहाणे आणि धीट केले – सगळे त्याला नीट सांगा.

■

१६

माझा वानप्रस्थाश्रम

आयुष्य वेचूनी कुटुंब पोशिले;
काय हित केले सांग बाप,
फुकाचा चाकर झालासी काबाडा;
नाही सुख घडी भोगावया –

हा तुकारामबोवांचा अभंग अलीकडे मला घडी-घडी आठवतो. केव्हाच्या केव्हा मी ठरवलं होतं की, चाळिशीनंतर चरितार्थासाठी उद्योग करायचा नाही. संपूर्ण वेळ स्वत:लाच द्यायचा आणि हे करायचं, ते करायचं, असं आजवर जे म्हणत आलो, ते करून पाहायचं. पण आपण ठरवणं, पुढची आखणी करणं, याला काही अर्थ नसतो. आपल्या हाती काहीच नसतं, हे चाळिशीच्या पुष्कळ आधीच कळून चुकलं. आपण ठरवतो एक आणि घडतं काही तिसरंच.

आता चाकरी संपत आली. काही महिनेच रेटायचे आहेत. शिवाय मनू सांगतात त्यानुसार शरीरास सुरकुत्या पडू लागल्या आहेत, केसही पिकले आहेत. सर्व परित्याग करून वनात जायला मी आता मोकळा झालो आहे. प्रपंचाचं लिगाड संपलंच आहे. वनं आता उरलेली नाहीतच, रानं सुदैवानं आहेत. त्यात आनंदाची गोष्ट म्हणजे, झोपडी बांधली तर तिच्यावर क्रमांक घालायला म्युनिसिपालटी येणार नाही, असं माझं एक लहानसं रान आहे. हे साडे-चार एकराचं काळं रान गाववस्तीपासून एक-दीड मैल तरी दूर आहे. उशापायथ्याशी कुणब्यांच्या वस्त्या सोबतीला आहेत. या रानाच्या उशाशी आडवा ओढा आहे. तो जरी बारमाही वाहता नसला, तरी पावसाळ्यात भरून वाहतो. या लहानशा ओढ्याच्या काठावर माझ्या रानातच हिवर, तरटी, बाभळी, मुरकुटी, तरवड असं बन आहे. या बनाला लागूनच झोपडी टाकावी, असा विचार आहे. माझं एक चांगलं पुस्तक बाजारात कायमचं विकून जेवढे पैसे मला उभे करता येतील, तेवढेच खर्चून मी ही झोपडी बांधेन. ही झोपडी थोडी उंची कट्ट्यावर बांधण्याचा माझा इरादा आहे. कारण अंगणात उभं राहून मला सगळं रान न्याहाळता यावं. आवश्यक तेवढ्या पुस्तकांसाठी, वाचण्यासाठी, चित्रं काढण्यासाठी भरपूर प्रकाश असलेली जागा या झोपडीत असावी.

तसे माझ्या या झोपडीत फारच कमी ग्रंथ मी ठेवेन. आजवर मी मिळेल ते वाचलं. आता फक्त जाड टाईपातलं मला वाचता येतं. माझ्या परिसरातील माणसं जाड टाईपातलीच असतात. ती मी आता आणखीन वाचीन आणि डोक्याला उमगेल, एवढा निसर्गही वाचीन. माझ्या वाचनातला खादाडपणा आता पुष्कळ कमी

माझा वानप्रस्थाश्रम । ८३

झाला आहे. आता मला चतकोराचीच भूक आहे.

ही झोपडी जशी माझी असेल, तशी निसर्गाचीही असेल. ऊन, पाऊस, वारा, पावसाचे थेंब हेही तिच्यात यावेत. एखाद-दुसरा अतिथी-अभ्यागत आला, तर त्याला निर्वाहापुरतं अन्न, आच्छादन देण्याची सोय या झोपडीत असावी, अशी माझी अपेक्षा आहे. कुत्रा मला लाभत नाही, म्हणून मी तो पाळणार नाही. त्याऐवजी राजहंसाची एक जोडी मला पाळायची आहे. ओढ्याकाठी ती आनंदाने राहील. मला दिवसा-रात्री सोबत होईल. शिवाय एक गाय, काही गावठी कोंबड्या आणि एकच कोंबडा मला सोबतीला हवाच. गाईचं नावही मी मनाशी योजलेलं आहे. खिलार जातीच्या या गाईला मी लडिवाळपणे 'बाई' या नावानं हाक मारेन. कारण जिचा भोळेपणा वेड या अवस्थेपर्यंत विस्तारलेला होता, अशा माझ्या आजीचं हे नाव होतं. घड्याळ या वस्तूला मी रजा देईन आणि मला जागृत करण्याचं काम कोंबड्यांवर सोपवेन. सकाळ-संध्याकाळी गाईमागे हिंडीन. त्यामुळे तिचं पोषण होईल आणि माझं चालणं होईल. गांधीवादी लोक जसे व्यायामासाठी चक्की पिसतात, तसा या चालण्यात मी बरड जमिनीतील वनस्पती, पक्षी, प्राणी, कीटक यांची निरीक्षणं करीन. जमलं तर या जमिनीत पहार चालवून पाणी मिळतं का, हे मी पाहणार आहे. आहे म्हणण्यापुरतं जरी पाणी मिळालं, तरी पुरे आहे. या जमिनीत पीक कुठलं घ्यावं, हे मी अजून ठरविलेलं नाही. पण परंपरागत असं शाळू, करडई, हरभरा ही पिकं मिळाली, तरी पुरे. शिवाय पूर्वीच्या शाळूच्या पिकात शेंद आणि शेंदण्या यांचं पीक तोंडी लावण्यापुरतं मिळे, तसं शांती आणि समाधानाचं पीक थोडंफार माझ्या हाती लागावं, अशी माझी अपेक्षा आहे.

या झोपडीत मी वानप्रस्थाश्रमी राहतो तसा राहिलो, तरी काहीबाही कर्म करीत राहीनच. मनूने सांगितल्याप्रमाणे आहेत, त्यांपैकी काही गोष्टी पाळणं मला शक्य होईल, काही होणार नाही. मी जटा, श्मश्रू वाढवीन. नेहमी अध्ययनात गर्क राहीन. सर्वांठायी मित्रभावना ठेवेन, जमेल तेवढा उपकार करेन. दान घेणार नाही. भाज्या आणि वनातील फळं, कंदमुळं खावीत, असं मनू सांगतात. बोरं, जांभळं, उंबरं, कवठं, चिंचा ही रानफळं यांखेरीज आमच्या बरड मुलखात आणखी काही मिळण्याची शक्यता नाही. डॉ. भागवतांप्रमाणे मला विशेष स्वरूपाच्या अन्नाचा शोध करावा लागेल. मी शाळेत होतो, तेव्हा रत्नागिरीकडील कोणी भागवत डॉक्टर आमच्या भागात येऊन राहिले होते. हे तसे वृद्धच होते. डोईवर पांढऱ्या पडत चाललेल्या जटा होत्या, दाढीमिशा होत्याच. अंगात खादीची कोपरी आणि खाली खादीचा पंचा असे. यांना 'पूर्णान्न भागवत' म्हणत. ते रोगी बरे करीत. नैसर्गिक फळं, कंदमुळं यांच्या अभावामुळे पूर्णान्न भागवतांच्याप्रमाणे मलाही काही आहार शोधून काढावा लागेल. काढू. क्षारयुक्त जमिनीपासून होणारं मीठ मात्र आमच्या मुलखात सहज

उपलब्ध आहे. अशा पद्धतीने सवळेच्या मातीपासून मीठ तयार करण्याचा व्यवसाय करणारी लोणारी नावाची जमातच पूर्वी होती, ती आताही हाच व्यवसाय करते का नाही, हे मला ठाऊक नाही. असलंच मीठ खावं, हा मनुस्मृतीचा दंडक पाळायला काही अडचण येईल, असं वाटत नाही.

वानप्रस्थाश्रमीनं झाडाखाली राहावं आणि तेच अपलं घर, अशी भावना ठेवावी, असं मनूने सांगितलं आहे. धर्मानंद कोसंबी असे झाडाखाली राहात, असं मी त्यांच्या चरित्रात वाचलं आहे. माझ्या रानात एवढा मोठा वृक्ष नाही. पण धाकट्या बंधूंच्या हिश्शात एक प्रचंड निंब वृक्ष आहे. शांतीपर्वातील शंख आणि लिखित बंधूंप्रमाणे आमचा काही पिकल्या लिंबोळ्यांवरून तंटा होण्याची शक्यता नाही. मोठ्या वृक्षाला मिठी घातली की, आयुष्य वाढतं, अशी आदिवासी लोकांत श्रद्धा आहे. या वृक्षाला मिठी घालण्याचं आता मला कारण नाही. पण दिवसातला काही काळ आणि उष्णकाळात सबंध-सबंध दिवस आणि रात्रही या वृक्षाखाली मी काढू शकेन.

इथे राहून काही विशेष अध्ययन करावं, असाही माझा इरादा आहे. माझ्या अध्ययनाचे विषय गावच्या आसपास आणि गावापासून काही अंतरावर आहेत. हे अंतर शक्य तर पायीच तोडणं मला रुचलं असतं; पण अध्ययनासाठी मला काही साधनसामग्री बरोबर वागवावी लागेल. जीप, मोटारसायकल हे वाहन नको, कारण त्याला इंधन लागतं आणि त्याचे पार्ट्स वारंवार बदलावे लागतात. बैलगाडी न्यावी, तर तीन जीव सांभाळावे लागतात – गाडीवान आणि दोन बैल. मला वाटतं, त्यापेक्षा तट्टू बरं. याला लागणारं इंधन म्हणजे हिरवं गवत. हे कुठलाही ओढा, तळं, नदीकाठ इथे मिळेल. त्याला मोकळं सोडलं, तरी हे इंधन त्याचं ते भरून घेऊ शकेल. काही इंधन त्याच्याच पाठीवरून बरोबर बाळगताही येईल. शिवाय माझी पडशी आणि मी ते वाहीलच. याचा पार्ट बदलण्याचा प्रश्न येणार नाही. जरूर तर सर्व तट्टूच बदलावं लागेल.

असं एखादं गुणी तट्टू पंढरपूरला भरणाऱ्या घोड्यांच्या बाजारात मला मिळेल, असं मला वाटतं. कोणा एखाद्या धनगराकडूनही मी ते मिळवीन.

सामग्री म्हणजे काय; तर माझं रकसॅक, स्लिपिंग बॅग, तंबू, पाण्याची बाटली, दुर्बीण, वह्या, संदर्भग्रंथ असलंच. थोडं-थोडं म्हणता ते एक गाढवाचं ओझं होतंच. ते घोड्यावर लादून न्यायचं एवढंच.

आता माझे संकल्पित प्रकल्प –

माझ्या गावापासून सात मैलांवर एक धनगराचं गाव आहे. गावात एकूण उंबरा नव्वद. गाव निव्वळ भुंड्या पठारावर वसलेलं. पाणी नाही. दोन फर्लांगांवर विहीर आहे. तेवढंच पाणी. सगळी वस्ती धनगराचीच. नाही म्हणायला तीन घरं मांगांची

आहेत. या गावच्या लोकांचा रिवाज असा आहे की, प्रत्येक वर्षी दिवाळी केल्यावर पुढे आपली मेंढरं घेऊन घराबाहेर पडायचं. मेंढरं, घोडा, कुत्री, कोंबडी आणि माणसं अशी बाहेर पडतात. या जथ्याचे पुढारी म्हणे खिलारी. असे दोघे आधी पुढे जातात. गावातल्या शेतकऱ्यांकडे चौकशी करतात. कुणाच्या रानात खतासाठी मेंढरं वसवायची आहेत? शंभर मेंढरांना पाच शेर धान्य मिळतं. मग ही कुटुंबं रानातच उघड्यावर राहतात. दिवे लागायच्या आत भाकरीतुकडा करून खातात. तीन दगडांच्या चुलीतला चिपाडाचा धूर आभाळात चढतो. रात्रभर मेंढरं घोळामिळानं बसतात. काळ्या रानात त्यांच्या लेंड्या-मूत्र पडतं. दिवसभर मेंढरं मोकळ्या रानातून गवतकाडी वेचत हिंडतात. मालकाच्या परवानगीनं, बांधावरच्या बाभळी सवळून मेंढका आपली मेंढरं जोगावतो. रात्री त्यांची बसण्याची जागा बदलतो. एक गाव असं खतून झालं की, मेंढरं पुढच्या गावी निघतात.

बायाबापड्या आपला संसार घोड्यावर लादून पाठोपाठ धावत असतात. विटं, वांगी, कऱ्हाड, पन्हाळा, गारगोटी, रत्नागिरी असा मुलूख पायांखाली घालत मेंढरं आणि मेंढके जातात; जगतात. कमाईचं धान्य घराकडे पाठवतात. ज्येष्ठ-वैशाखात माघारी गावाकडं येतात.

पाखरांची जशी देशांतरं असतात, तशीच ही देशांतरं. मला काही काळ त्यांच्याबरोबर राहायचं आहे. रेखाटनं करायची आहेत. जमलं तर काही लिहायचं आहे. जमलं, तर अशा प्रवासात जलरंगातली चित्रंही मला करायची आहेत.

तसा हा आमचा सगळा भाग भटक्या गुराख्यांचाच प्रदेश आहे. गुथर सोन्थायमर यांचं म्हणणं आहे की, 'आजचं म्हसवड गाव कधी काळी म्हैसवाडाच असलं पाहिजे.' म्हसोबाची देवस्थानं जागोजागी आहेत. खंडोबाची आहेत. गावोगाव देवळांच्या पुढे वीरगळ आढळतात. कधीकाळी गावातल्या गोधनावर चोरधाडी आल्या; तेव्हा पुढे होऊन ज्यांनी सामना दिला, जे हाणामारीत जिवे मारले गेले, त्यांचे हे स्मृतिस्तंभच आहेत. दिघंची, करणी, खरसुंडी या गावी प्रत्येक वर्षी अजूनही ज्या गुरांच्या प्रचंड यात्रा भरतात, त्यांत प्रसिद्ध असलेली खिलारी जनावरं याच भागाची जास्त पैदास आहे. धनगरांच्या वाटचालीत पुढे जाणाऱ्या दोघा प्रमुखांना अजूनही 'खिलारी'च म्हणतात. सहा-सातशे वर्षांमागे गेलो, तर या भागात गुराखीच असावेत. त्यातूनच पुढे धनगर आले, मेंढरं आली, वाड्या आल्या का?

माझ्या गावापासून एक दीड-दोन मैल अंतरावर पूर्वेकडे जुनं खंडोबाचं देऊळ अगदी माळरानावर उभं आहे. जवळच एक तळं आहे. त्यापलीकडे उघड्यावरच ईश्वर-पार्वतीचं देऊळ आहे आणि हे देऊळ, खंडोबाचं देऊळ, तळं यांच्यामध्ये पांढरं उठून गेल्याच्या खुणा आहेत. शंभर एक उंबरा पूर्वीचा असावा. लोक आता मातीच्या भिंती सारवायला इथली पांढरी माती खणून नेतात. एकदा इथं जुनी

शिवराई नाणीही सापडली होती. तळ्यात एकाला लहान पाषाणावर खोदलेली वनवासी रामाची मूर्तीही सापडली आहे. मूर्तीतल्या सीतेनं घागरा नेसलेला आहे आणि रामानं वराहावर बाण रोखलेला आहे.

माझी अशी कल्पना चालते की, माझं गाव पूर्वी म्हणजे चारसाडेचारशे वर्षांमागे याच जागी होतं आणि हे सगळे गुराखी होते. शेतीभाती त्यांना ठाऊक नसावी. त्या तळ्याचं पाणी त्यांना, त्यांच्या गुरांना पुरेसं होतं. पुढे हळूहळू वस्ती वाढत गेली. पाचाची पन्नास धाब्याची घरं झाली. भटक्या गवळ्यांचा व्यवसाय हळूहळू सुटत चालला. लोक शेतीकडे वळले. मग ही पांढर, हे पाणी त्यांना पुरं पडेनासं झालं. काही जण उठून ओढ्याजवळ गेले. काळ्या रानाशेजारी त्यांनी वस्त्या टाकल्या आणि हळूहळू आज दिसतं, ते गाव आकाराला आलं. माझे पूर्वज या गावचे नव्हतेच, ते आंध्रमधून आले. कारण आमचं कुळदैवत गिरीचा व्यंकटेश आहे. बरेच कुळाचार तिकडचे आहेत. मी महाराष्ट्राचा ग्रामकोश पाहिला, त्यात एका नावाची गावं अनेक आढळली. पण माझ्या गावाचं नाव एकमेव आहे आणि मी असं ऐकलं आहे की, माडगूळ याच नावाचं गाव आंध्रात आहे. म्हणजे तिकडून येऊन या वाडीत स्थायिक झालेल्या लोकांनीच आपल्या गावाची आठवण म्हणून वाडीचं नाव माडगूळ ठेवलं असण्याची शक्यता आहे. मी ऑस्ट्रेलियात क्वेटा पाहिलं. ते भारतातून गेलेल्या ब्रिटिशांनीच वसवलं आहे. आहे ही सामग्री पुष्कळ वाढवून एका खेड्याचा जन्म कसा झाला, याविषयी वर पुढे-मागे मला मोठं पुस्तक लिहायचं आहे.

माझ्या भागातल्या माणनदीची एक परिक्रमा करावी, तिच्या दोन्ही तीरांवर काय काय आहे हे पाहावं, झाडं कोणकोणती आहेत, पक्षी कोणकोणते आहेत, वन्य प्राणी काही आहेत का, कासवं, मासे आहेत का याचा तपास घ्यावा. जाता जाता तीरावर काही खास गावं, जातिजमाती, देवळं, तीर्थक्षेत्रं आहेत का, हे पाहून त्याचीही नोंद घ्यावी आणि एक पुस्तक लिहावं, असं मला वाटतं. हे पुस्तक म्हणजे माणनदीसंबंधीचं एक गद्य स्तोत्र व्हावं. गावी जाताना आणि गावाहून परत शहराकडे येताना हिनं मला वारंवार अडविलं आहे. हिचा गर्द रंगाचा पूर मी वाटंबऱ्याला पाहिलेला आहे. चार-सहा वेळा हिच्या गढूळ पाण्यातून मी अलीकडे-पलीकडे गेलो आहे. यापलीकडे हिचा माझा परिचय नाही. हिचं पात्र विशाल आहे. पायाखालून घसरण्यासाठी अवघ्या माणदेशाला पुरेल, एवढी वाळू हिच्या पात्रात आहे. मला हिच्या तीरावरून हिंडायचं आहे आणि आदिमानवानं वापरलेला एखादा पाषाण परशू मिळतो काय, हे पाहायचं आहे. हिच्या तीरावर धीवरांची वस्ती आहे का, असली तर हे धीवर कसे राहतात; मासे कोणते आणि कशा प्रकारे धरतात; माशाशिवाय, त्यांच्या जाळ्यात आणखी काय-काय गवसतं याविषयीची मला

उत्सुकता आहे. या नदीच्या तीरावरून फिरताना संध्याकाळच्या आकाशातले रंग डोहातल्या पाण्यावर कसे उतरतात आणि लहान मासोळ्या ते अंगावर घेताना पाण्याच्या पृष्ठभागावर कशा कोल्हाटी उड्या घेतात, ते मला बघायचं आहे. पहाटे-पहाटे नदीवरचा वारा किती हळुवार होतो, डोह कसा जागा होतो आणि दिवस येऊ घातल्याची पहिली ललकारी तीरावरच्या झाडातला कोणता पक्षी देतो, ते मला ऐकायचं आहे. भंडारा जिल्ह्यातला विशाल इटिया डोह आणि आसाममधील पलीकडच्या तीरावर भूतान झालेली मानस नदी सोडली, तर साध्या होडीतून तरण्याची माझी इच्छा अजून अपुरीच राहिली आहे. ती माणगंगा पुरी करेल का, हे मला पाहायचं आहे.

बरेच दिवस माझ्या मनात लेखक आणि चित्रकार या नात्याने एखाद्या तळ्यात खोलवर बुडी घ्यावी, असं आहे. एक तळं म्हणजे एक विश्व असतं. माझ्या गावाशेजारीच असलेला राणीच्या राज्यात दुष्काळी काम म्हणून झालेला एक जुना तलाव झालेला आहे. त्याच्यावर कितीतरी जातीची पाणपाखरं प्रत्येक वर्षी येतात; नाना जातीची बदकं, करकोचे, पकुर्ड्या, ढोक यांची गर्दी उडते, या तलावावर वांब, मरळ असे मासेही आहेत. काठावर घोरपडी आहेत. वारंवार भेटीगाठी घेऊन हा तलाव मला आपला तळ दाखवील, तर तोही पाहावा, असा माझा विचार आहे. याच्या पोटात, अंगाखांद्यावर आणि तीरावर प्रत्येक ऋतूत कोणतं जीवन उमलतं आणि कोणतं मावळतं; याची केवळ नोंद करणं, हेही एक वर्ष सार्थकी लावण्यास पुरेसं आहे.

या जलाशयाबद्दल माझ्या मनात विशेष प्रेम आहे. कारण माझ्या वडिलांनी इथे कारकुनाची नोकरी केलेली होती आणि ती त्यांना केवळ 'दिगंबर बळवंत माडगूळकर' अशी मोडीत फर्डी सही केल्याबद्दल मिळालेली होती. दुष्काळी काम म्हणून हे तळं सुरू झालेलं होतं आणि माझ्या गावच्या आणि पंचक्रोशीतल्या अनेक भुकेलेल्या लोकांना या कामानं पोटभर अन्न पुरविलं होतं. शिवाय गेली इतकी वर्षं माझ्या वडिलोपार्जित अशा नऊ एकर कोरडवाहू जमिनीची तहान याच तळ्यानं भागविलेली आहे. या जलाशयाचा उतराई होण्याचा एकमेव मार्ग म्हणजे मराठी साहित्यात त्याची नोंद होईल असं काही लिहिणं, नाही का? ते करण्याचा मी यथामती प्रयत्न करणार आहे. अगदी बावन्न सालापासून पासष्टपर्यंत मी सुंदर श्रावणमासात माझ्या गावी जात असे. पाव नावाच्या रानातील झोपडीत राहात असे. माझ्याबरोबर हिंडाय-फिरायला मनुष्य जातींपैकी उत्तम नमुना असा माझ्याच वयाचा एक रामोशी असे. रानावनातला मित्र, झोपडीतला चाकर, बंदूक, काडतुसं, कॅमेरा इत्यादी किमती वस्तूंचा रक्षक आणि रात्री झोपडीबाहेर झोपणारा पहारेकरी अशा विविध नात्याने तो माझ्याबरोबर सावलीप्रमाणे राही. अक्षरशः उशाला धोंडा घेऊन झोपे

आणि खुट्ट वाजलं की, जागा होई. हा वाटेने माझ्या पुढे चाले आणि वाटेवर काटाकुटा असला, तर उचलून बाजूला करी. मला काय हवं, काय नको, हे त्याला आमच्या आईप्रमाणे माझ्या नजरेवरून कळे. मला त्याच्यासाठी काही करायची संधी न देता तो निघून गेला, याची फार खंत माझ्या मनाला आहे.

या काळात तळ्याला माझ्या नियमित भेटी होत. बहुतेक वेळा मी आणि बापू भल्या पहाटे उठून पायी तळ्याला भेटायला जात असू. सगळा दिवस त्याच्या सभोवार फिरण्यात घालवत असू. कधी-कधी गावातली झेला, लोहार, अब्बास, ईश्वरा अशी रानाची ओढ असलेली पोरंही असत. तळ्याकाठी काढलेल्या या सहलीची बरोबरी करू शकतील, असल्या आणखी कोणत्याही सहली माझ्या जीवनात नाहीत.

शिवाय माझ्या गावी पिढ्यान् पिढ्या विहिरी खोदण्याचं काम करणारी आदिवासी घराणी आहेत. हे टोळीनं एखादं काम घेतात आणि क्षितिजावर दिवस उगविण्याअगोदरच तांबडं फुटलं की, घराबाहेर पडतात. गुप्त धनाच्या आशेनं जमीन खोदावी, तशी खोदतात आणि सौंदड या झाडाची मुळी जशी पाणी शोधत पृथ्वीच्या पोटात शिरते, तसं खोलात शिरून पाण्यापर्यंत पोहोचतात. यांना मातीचे थर, पाषाणाच्या जाती आणि पाण्याची चव कळते. गावातल्या नांदत्या आणि बोडक्या विहिरीची चरित्रं मला त्यांच्या तोंडून ऐकायची आहेत.

माझ्याविषयी कळकळ असणारे मित्र म्हणतात की, एकाएकी सोयीस्कर आणि सवयीचं हे जीवन सोडून तिकडे जाणार. तिथे तुझा काळ कसा जाईल, कसं करमेल? संगत, सोबत कुणाची?

माझं उत्तर असं की, मागावर बसलेला विणकर एकटाच असतो.

■

१७

पूर्ण इंद्रधनुष्य

अठरा महिन्यांनी पुन्हा शहराकडे पाठ फिरवून मी जन्मगावी गेलो. ५ सप्टेंबरला गेलो आणि दहा ऑक्टोबरला परत आलो. पण राहून-राहून वाटलं, कशाला या गर्दीत आलो?

माझे एक मित्र म्हणाले, ''जे. बी. प्रीस्टले हा गर्दीला कंटाळला. तेव्हा म्हणाला, इट इज अ हेल ऑफ टू मेनी पीपल! आणि शहरापासून दूर असा एक कॅसल त्यानं खरेदी केला आणि अखेरपर्यंत तिथंच राहिला. त्या एकांताला त्याची बायको फारच वैतागत असे. हा म्हणे, तू वाटेल तेव्हा शहरात जात जा, मी इथंच बरा आहे.''

ही गोष्ट ऐकून मी विचारलं, ''त्याला कोणी शिष्ट, माणूसघाणा म्हणालं नाही?''

अभिप्राय ध्यानी घेऊन त्यांनी खुलासा केला, ''नाही, तो समाज आणि आपला समाज वेगळा आहे.''

गर्दीला कितीही कंटाळलो, तरी मी काही कॅसल खरेदी करू शकत नाही; पण हवेत बांधू शकतो. भले, त्याखाली कृतीचा पाया नाही रचता आला तरीही.

माझ्या वडील बंधूंनी बामणाचा पत्रा साहित्यात उभारला. तो अद्यापि सुस्थितीत उभा आहे. पण प्रत्यक्षात आता इतक्या वर्षानंतर काळ्या रानात उभी असलेली ही पाचखणी इमारत जीर्ण झाली होती. उन्हाळ्यातलं कडक ऊन, आषाढातला जोरदार वारा आणि हत्तीचा पाऊस वर्षानुवर्षं सोसून, आत-बाहेर अधू झालेली होती. बाहेरच्या दगडी भिंतीवरच्या दरजा धुऊन जाऊन मोठमोठ्या भळी पडल्या होत्या आणि त्यात गांधीलमाशा, काळ्या पाली, सरडे, सापसुरळ्या यांनी छावण्या टाकल्या होत्या.

ही पाचखणी वास्तू अर्धीच बांधलेली होती. पश्चिमेकडचा अर्धा पाचखणी इमला छपराविना उघडा होता. तिकडेही गांधीलमाशा, सापसुरळ्या, काळ्या पाली आणि सरडे यांच्या वस्त्या होत्याच; पण पायाच्या अंगठ्याएवढ्या जाडीची एक धामणही राहात होती. कधी-कधी ती गड्यामाणसांच्या नजरेला पडे आणि घबराट उडवून देई. मी पाठचा भाऊ म्हणून ही पाठीमागची जागा झाकून घ्यावी, असं ठरविलं.

गावचे सरपंच, हायस्कूलचे हेडमास्तर, प्राथमिक शाळेतले हेडमास्तर आणि त्यांचे सहकारी मदतीला धावून आले. मोठ्या उमेदीनं कामाला लागले. हे घर आपण बांधून घेतलं. घरानं आपल्याला बांधलं नाही असं व्हावं, म्हणून गावच्याच गवंड्या-सुतारांनी ते बांधावं, असा निर्णय मी घेतला. आपला साग म्हणजे आपला

निंब. आपला देवदार म्हणजे जांभूळ किंवा आंबाच. तेव्हा हीच लाकडं मिळवावीत, म्हणून शोधाशोध केली. कापला आणि रंधला की लालभडक दिसणारा निंब, आढे झाकण्याइतका मिळाला. शिवाय त्यानं दोन मोठ्या खिडक्या आणि चौकटही दिली. दारासाठी जांभळीची उंचीपुरी फळीही मिळाली. तांबडी कौलं, फरशा, सिमेंट, लोखंडी सळया हे जिन्नस गावात पिकत नसल्यामुळेच परगावाहून आणवावे लागले. खरं तर गावात मिळणाऱ्या पर्यायी जिनसा घेऊन ही आयात टाळताही आली असती. पण गांधिलाप्रमाणे आपल्या निवाऱ्यासाठी लागणारं बांधकाम साहित्य आपल्याच तोंडानं तयार करण्याची किमया निसर्गानं माणसाला दिलेली नाही. तोंडानं फक्त तो हाडाची काडं करू शकतो. शिवाय गुहेपासून सिमेंटच्या छपरापर्यंत ही सांस्कृतिक वाटचाल नाकारून आपण रानटीच कसं राहावं?

गावातल्या गवंड्यांनी परगावची कामं आधीच घेतलेली होती. ते रिकामे नव्हते. गवंडी शेजारच्या गावचा आणला.

दोघा मजुरांनी सिमेंट-वाळूचा माल तयार केला, म्हणजे हा थापी घेऊन दरजा भरू लागे. चित्रकाराचं काम पाहात राहावं, तसा मी त्याचं हे काम पाहात उभा राही. या तरण्या गवंड्याचं नाव दाऊदभाई होतं. आपल्या कामात आनंद घेणारा असा हा कसबी कारागीर होता.

दोन दगडांतल्या फटी थापीनं भरता-भरता तो एकवार मला म्हणाला, ''तुमच्या मोठ्या भावानं आमच्या आज्ज्याचं चित्तर उतरलंय.''

मला थोडा विचार करावा लागला. अंधारात वाट पायांनी चाचपडावी लागते. नेमका अर्थ कळला नाही, म्हणजे प्रश्नांनी चाचपडता येतं.

''दाऊदभाऊ, राहता कुठं?''

''मुलाणकीत.''

''आज्ज्याचं नाव काय?''

''बकसभाई.''

तात्काळ माझ्या ध्यानात आलं की, हा पोरगा म्हणजे 'माणदेशी माणसं' या पुस्तकातल्या मुलाण्याच्या बकसचा नातू आहे. ही तिसरी पिढी होती. मुलाण्याचा परंपरेनं आलेला धंदा, शेरडं राखणं, मुलाणकीतलं रान यांच्यातून वाट काढीत काढीत हा गवंडीकाम करू लागला होता आणि दिवसाला तीस रुपये कमावीत होता, हा बदलही नोंद घ्यावी असाच होता.

काही जरुरी नव्हती; पण चुकीचं विधान तात्काळ दुरुस्त करवून घेण्याकडं आपला कल असतोच.

मी म्हणालो, ''भाईसाब, माझ्या मोठ्या भावानं नाही, मीच तुमच्या आज्ज्याचं चित्र उतरलं आहे.''

या संभाषणानंतर दाऊदभाईचं दरजा भरण्याचं काम अधिक रेखीव होऊ लागलं. हे सर्जनात्मक कामाचं दृश्य फळ.

दाऊदभाई आणि दोघे गावाचेच बिगारी कामावर होते, तोपर्यंत दिवसभर त्यांचं काम पाहावं आणि त्यांनी काम संपवून हात-पाय धुतले की, आपण दूरपर्यंत वाऱ्यावर फिरायला बाहेर पडावं. काळी रानं, बांध तुडवावेत. तालींच्या अंधाऱ्या मोऱ्यांत वारंथटीला बसलेला एखादा पक्षी, प्राणी दिसतो का, म्हणून वाकून-वाकून पाहावं, रोज त्याच त्या जागी टिटवीचे धोका-इशारा देणारे बोल ऐकावेत. पाणी नसताना या पाखराच्या जोडप्यानं इथं राहाणं का पसंत केलं असावं, याबद्दल नवल करावं. कधीमधी पोरे चाळवणी या नावानं परिचित असलेल्या पक्ष्यांच्या दोन जोड्यांची गाठभेट घ्यावी. हे बहुधा टिटवी कुळातलेच असावेत, असा तर्क करावा. पार पलीकडे दिसणाऱ्या उसाच्या फडातून येणाऱ्या तित्तिर पक्ष्यांनी उंच आवाजात घातलेल्या 'एकमेळ हाका' ऐकाव्यात. तालीवर बाभळीची बरीच झाडं दिसतात. वाट वाकडी करून जावं आणि ती झाडं बघावीत. पांढऱ्या होल्याचं नवं-जुनं घरटं नाही दिसलं की, बेसुमार कीटकनाशकं वर्षानुवर्षं फवारली गेल्यामुळे इथलं मी पाहिलेलं समृद्ध पक्षीजीवन आता शेवटच्या घटकेपर्यंत आलं आहे, असं स्वतःशीच हळहळावं आणि दिवस मावळून झांजड पडायच्या सुमाराला झोपडीकडे माघारी यावं, असं माझं चाललेलं होतं.

अंधार पडताच भगवानानं (म्हणजे शेतमजूर हं!) झोपडीत कंदील लावलेला असे. अंगणात मोठी सतरंजी, पाण्याचा तांब्या, पानाचा डबा ठेवलेला असे. चांदण्यानं गच्च भरलेल्या आभाळाखाली थंड वारा घेत मी बसे.

बहुतेक रोज गावातून कोणी ना कोणी बोलाय-बसायला येई. वाण्याउदम्यांपैकी कमी, शेतकऱ्यांपैकी जास्त. पावसानं दिलेली ओढ, जमिनीतल्या पाण्याची खोल गेलेली पातळी हा विषय वारंवार, विशेष तपशिलात चर्चेला येई.

एकवार मी म्हणालो, "गावात, रानात कावळेसुद्धा आता दिसत नाहीत."

गेली तीन वर्षं नीट पाऊसकाळ न झाल्यामुळे उदास झालेल्या शेतकऱ्याकडून उत्तर आलं, "तात्या, कावळं कशाला थांबतील? त्यांना खायाला काही नको का?"

मी म्हणालो, "मेलेल्या गुरापासून खरकट्यापर्यंत कावळे खातात."

यावर एकानं विशेष बातमी दिली – "पंढरपुराजवळ अमकं तमकं गाव आहे. आमच्या पाव्हण्यांचंच गाव. तितं मुळात कावळाच न्हाई. पिंडाला सुदा गेल्या कितीएक वर्सांत कावळा शिवलेला न्हाई."

"आजूबाजूच्या गावात आहेत का?"

"आहेत, पण या गावात नाहीत."

"पूर्वी कधी होते आणि आता नाहीत, असं आहे का?"

“आमाला कळतंय, असं तरी न्हाईतच!”

“तुझं आता वय किती?”

“काय तरी चाळीसाला आलो आसंन.”

म्हणजे कधीतरी या गावात जाऊन ‘शोध कावळ्याचा’ करणं आलं. या गावी कावळे कोणत्या कारणामुळे नाहीत?

आसामामधल्या जतिंगा गावी सप्टेंबर-ऑक्टोबरमधल्या अंधाऱ्या आणि धुक्यानं भरलेल्या रात्री डोंगरात पेटविलेल्या मशालींवर पक्ष्यांची झुंड येऊन पडते. एका रात्रीत पाचशे ते सहाशे पक्षी साध्या काठीने गावकऱ्यांकडून मारले आणि नंतर खाल्ले जातात आणि हा प्रकार १९०५ सालापासुन चालू आहे. हे का होतं, याचा पत्ता लागत नाही, असं ए. पी. गीनं आपल्या पुस्तकात लिहिलं आहे. हा पत्ता अजून तरी लागला नाही. का नाही, हे मला माहीत नाही. पण पंढरपूरजवळच्या या गावी कावळे का नाहीत, हेही असंच गूढ. निदान आमच्या गावकऱ्यांच्या मते तरी आहे.

मग कावळे, घारी, गिधाडे, ससाणे, घुबडे यांसारखे पक्षी आणि इतरही पक्षी नाहीसे झाले; त्याचं कारण कीटकनाशकांची फवारणी हे मी विस्तारानं सांगतो. लोक गप्प ऐकून घेतात. अशा गप्पागोष्टींत किती वेळ गेला, हे कळत नसे.

मग आलेल्या लोकांपैकी कुणीतरी आठवण करी, “तात्या, जेवळयेळ झाली. घराकडे न्हाई का जायाचं?”

घोळक्यानंच आम्ही काळं रान अंधारात तुडवीत गावात पोहोचायचो. कुणाला लांबच्या रानातल्या वस्तीवर, कुणाला ओढ्यापलीकडच्या वस्तीवर, कुणाला माळावरच्या वस्तीवर पोहोचायचं असे. आमच्या अंगणापर्यंत मंडळी येत आणि मग घाईनं फुटाफूट होई.

शहरातून जाताना पुस्तक ही वस्तू नेलेली नव्हती. त्याखेरीज इतर वाचन करण्याचा इरादा होता. हातकागदाचं पॅड, जलरंग, कुंचले हे चित्रकाराला लागणारं साहित्य घेऊन गेलो होतो. बाहेर दाऊदभाई दरजा भरत असत. आत दाराच्या तोंडाशी बसून, पूर्वेकडे दिसणारे बाभूळवन, तालीवरचे रांगेत डोलणारे निंब, उसाचा फड, भानुदासाचं रानातलं कौलारू घर आणि हिरवीगार केळीची बाग, पावसाचं आश्वासन घेऊन आलेले काळे-निळे ढग आणि माझ्या दारापुढून थेट भानुदासच्या बागेपर्यंत पसरलेलं गर्द काळं रान मी रंगवीत असे. उसाच्या फडातील तित्तिर पक्ष्यांचा आवाज ऐकून त्याला डोळ्यानं पाहण्यासाठी जसा आटापिटा करावा लागतो; तसा मला उसाच्या फडाचा हिरवा रंग, ढगांचा रंग, फुललेल्या बाभळीचा रंग, काळ्या रानाचा रंग नेमक्या छटेत पकडण्यासाठी करावा लागे.

माझं चित्र अपुरंच आहे, तोवर दिवस पार कलून जाई. चार ब्रास काम पुरं करून गवंडी मात्र समाधानानं हातपाय धुऊन घराकडे जायला तयार झालेला असे.

सिमेंट-मातीनं पांढरेफटक झालेले रोजगारी, विहिरीतलं पाणी शेंदून काढून अंगं स्वच्छ करत आणि कामाला लागण्याआधी निंबाच्या डहाळीवर काढून ठेवलेले कपडे लेवून माणसात आलेले असत.

कधी-कधी गावातील हायस्कूलमधल्या चित्रकला शिक्षकांना माझ्या कामाची बातमी उडत-उडत लागे आणि मधल्या सुट्टीत नजरेचा फराळ करण्याच्या उद्देशाने, दोघा-चौघा सहकाऱ्यांना सोबत घेऊन ते माझ्या झोपडीवर येत. पांढऱ्या मातीनं सारवलेल्या पाठभिंतीशी, चित्र ओळीनं मांडून मी प्रदर्शन मांडीत असे.

''पाऊस उतरलाय.''

''हा भानुदासांचा उसाचा फड.''

''ही वाडीकडे जाणाऱ्या वाटेवरची बाभळ.''

असे उद्‌गार निघत. चित्रांकडे आणि निसर्गाकडे आलटून-पालटून नजरा वळत. मला बरं वाटे. लेखन वाचकानं वाचल्यावाचून आणि चित्र प्रेक्षकानं पाहिल्यावाचून अपुरंच असतं, हे खरं!

मी स्वत:साठी निवारा उभारत होतो आणि बऱ्याच गांधीलमाशा, काळ्या पाली, सापसुरळ्या निर्वासित करीत होतो. यांपैकी फक्त गांधिलांपाशी नांग्या होत्या. गड्यांना, गवंड्याला डंख मारून त्या निषेध व्यक्त करीत होत्या. त्यावर ही मंडळी बरेच शाब्दिक डंख मारून, गांधिलांनी तयार केलेली कागदाची घरं शोधून त्यावर मालाचे गोळे फेकून मारीत होती आणि गांधिलांना भिंतीत चिणून मारण्याची ऐतिहासिक शिक्षा करीत होती. हा घातकी दंगा उसळल्यामुळे सापसुरळ्या, पाली आणि सरडे यांच्यात पळापळ होत होती. शेपटीत डंख नसल्यामुळे त्यांच्यावर मात्र घातकी हल्ला झाल्याचं मला दिसलं नाही.

एकवार सकाळी-सकाळी मी रंग काढून पॅलेटवर घेत असताना दाऊदभाईंनी बाहेरून हळी दिली, ''राम राम तात्या. काय चाललंय?''

मी म्हणालो, ''तुम्हाला माल तयार करायला रोजगारी मिळालेत. आम्हाला आमचा माल स्वत:च तयार करावा लागतो.''

यावर दाऊदभाईंना हसू आलं.

रसेल सांगतो, 'शास्त्रज्ञ आणि कलावंत या दोघांत शास्त्रज्ञ अधिक सुखी असतो. कारण त्याचं म्हणणं कळलं नाही, तर लोक आपल्याच शिक्षणात उणेपणा आहे, असं समजतात. पुस्तक किंवा चित्र समजलं नाही, तर मात्र भिकार आहे, म्हणून तोंड वाईट करतात.

दाऊदभाईंना हसू आलं हा भाग वेगळा; पण त्यांच्या कामाचा गौरव करणं हाच माझा हेतू होता.

बाहेरून दरजा करायच्या त्या भिंती संपल्या आणि रोजगाऱ्यांनी एके दिवशी

माती-दगडांत बांधलेल्या वरच्या तिन्ही कुंब्या धडाधड ढासळवून धुरोळ्याचा प्रचंड खकाणा उडविला. आत-बाहेर पांढरी मातीच माती झाली. अनघड दगडांचे ढीग चौफेर पडले. वरच्या छपराच्या भिंतीकडच्या कडांतून सूर्यकिरणं आत उतरू लागली. पावसाळा येऊ घातलेलाच होता. मग मात्र माझं गबाळं उचलून मी गावातल्या घरी राहायला आलो.

यापुढे सबंध बांधकाम पुरं होईपर्यंत माझी बैठक विहिरीजवळच्या दोन आवळ्याजावळ्या निंबांपैकी एकाखाली असे. धर्मानंद कोसंबींचं पुण्यस्मरण करून दिवसभर मी झाडाखालीच असे. इथे वारा बघून पाठ फिरवावी लागली नाही, तरी ऊन बघून तोंड फिरवावं लागे. समोरच्या रानात उमललेली सूर्यफुलंही तोंडं फिरवीत; पण ती उन्हाच्या दिशेने. पश्चिमेकडचा वारा, निंबाच्या आणि शिरीष वृक्षाच्या डहाळ्यांना सतत बोलत्या ठेवी. या धसमुसळेपणाला वैतागून काही कोवळ्या डहाळ्या धरणीवर घालून घेत. गुरांसाठी घातलेल्या झापाची रचना आणि दिशा पश्चिमच का, हे मला पुरतं समजलं. उन्हापेक्षा हा बंदोबस्त वाऱ्यासाठीच असावा. एरवी गुरापुढे वैरण राहिलीच नसती.

सकाळी या निंबावर धनछडी पक्ष्याचं जोडपं येई. त्यांचं ओरडणं म्हणजे विलापिका वाटे. विहिरीवरच्या बोरीत दिवस मावळतीला जाऊ लागता-लागता एक खाटीक पक्षी येई. 'पक्षी अजगर न करिती संचित, तयांशी अनंत प्रतिपाळी,' असा निर्वाळा संतांनी दिला आहे; पण संचित करण्याच्या बाब्तीत खाटीक हा अपवाद आहे. तो जरुरीपेक्षा जास्ती टोळ पकडून ते काट्याला टोचून ठेवतो. हाही इथे माझ्याप्रमाणे निवारा बांधण्यासाठी येत होता की काय, कोण जाणे. समोर दहा हातांवर माणसांचा गलबला चाललेला बघून त्यानं तो इरादा सोडला असावा. पण तो चौकसपणानं बोरीचा संभार तपासताना मी अनेकवार बघितला होता. पुढे मात्र दिसेनासा झाला. चोचीत काडी घेऊन येताना मी त्याला कधी पाहिला नाही. कदाचित फक्त रात्रीचा निवारा शोधण्यासाठीही तो आला असावा. त्यानं तो का पसंत केला नाही, याचा अंदाज मला कधी करता आला नाही.

चतुर कीटकांचा बराच मोठा समुदाय या दिवसांत काळ्या रानावर हिंडताना मी पाहिला. तो माझ्या कौलांवरही तरंगत असे. पाऊस येऊ घातला होता. वातावरणातली धग वाढती होती. चतुरांचा हा जननपूर्व सोहळा होता, माता-पितरं मरून जाणार होती आणि नवी पिढी पाण्यावर जन्मणार होती.

जानेवारी महिन्यात इथं राहावं आणि कीटक, पक्षी, शेणकिडे, बहुरंगी रानफुलं, बहुरंगी टोळ आणि सरडे यांच्या जलरंगांतील नोंदीनं एक जाडजूड वही भरावी, असा बेत मी केला. कारण ज्वारीची पिकं रानात उभी असतात, तेव्हा ही सगळीच मंडळी विपुल दिसतात. माझा उत्साह असाच टिकून राहिला, तर प्रत्येक महिन्यातील

नोंदीनं माझ्यापाशी एक उत्तम कोश तयार होईल. (मी हवेत महाल बांधू शकतो असं म्हणालो, ते याच अर्थानं.) आणि एक बरं काम हातांनी केल्याचं समाधानही मला मिळविता येईल, असं मला वाटलं.

निंबाखाली बसल्या बसल्या मला चौफेर आभाळ दिसे. दिवस जसजसा कलत जाई, तसतसं आभाळ ढगांनी भरून जाई. कधी पश्चिमेकडे, तर कधी पूर्वेकडे, कधी दक्षिणेकडे, तर कधी उत्तरेकडे मोठमोठे काळे ढग जमा होत. पावसाळ्यातलं आभाळ हे तासन् तास पाहात राहावं, इतकं रंगीत आणि हलतं-बोलतं दृश्य आहे, हे मला नव्यानंच जाणवलं.

लोक पावसाची फार वाट पाहात होते. गेली दोन वर्षं बेताचीच गेली होती. विहिरीचं पाणी आटून खडखडाट झाला होता. गावातल्या अनेक विहिरींपैकी एका हाताच्या बोटांवर मोजता येतील, एवढ्याच विहिरींना पाणी होतं. गावात एकच शासनानं काढून दिलेलं बोअरिंग होतं. त्यावर सगळं गाव पिण्याचं पाणी भरत होतं. कधीमधी वीज जाऊन बोअरिंगला बसविलेली मोटार बंद पडे. आमच्या रानापलीकडे रस्त्याला लागून एक विहीर होती, तिच्यावर पाणी भरण्यासाठी बायाबापड्यांची झुंबड पडे. लोकांना बहात्तर साली पडलेल्या भीषण दुष्काळाची वारंवार आठवण होई. माणसं कशीबशी जगतील, पण जनावरांना चारा-वैरण नाही मिळाली, तर त्यांचं करायचं काय, हा मोठा प्रश्न त्यांना विव्हळ करीत होता. अनेकांच्या रानातलं पैक्याचं पीक, ऊस वाळून चालला होता. तोच तोडून आता गुरांना घालावा, असं ते बोलत होते.

आज येतो; उद्या येतो, अशा हुलकावण्या पाऊस देत होता. आभाळ वारंवार भरून येत होतं आणि वारा जमलेल्या ढगांना बरसण्याची संधी न देता उधळवून लावत होता. कधी-कधी पश्चिमेकडल्या काही गावांवर, तर कधी दक्षिणेच्या, उत्तरेच्या गावांवर पाऊस धुवांधार पडलेला दिसे. आमचं गाव मात्र नेमकं वगळलं जाई.

पेरणी खोळंबून राहिली होती. काही करल रानं असलेल्या शेतकऱ्यांनी, काही बरड जमिनी असलेल्यांनीही कोरड्या जमिनीतच पेरून टाकलं होतं. पाऊस लवकर नाही पडला, तर बियाणं व्यर्थ जाणार होतं. उत्तरा नक्षत्र हमखास पडणार, म्हणून शेतकरी पेरणीसाठी सज्ज होते आणि पाऊस येतच नव्हता.

आमच्या मळ्याला बांधभाऊ असलेल्या चलपते नानांना मी एकवार म्हणालो, ''नाना, आता पाऊस कधी यायचा?''

तर नाना शांतपणे बोलले, ''येईल की! त्याला काय एकच गाव आहे भिजवायला?''

करता करता गौरी-गणपतीचे दिवस आले. गणपतीला नाही, पण गौरी जेवून गेल्या की, पाऊस हमखास येतोच, अशी सर्वांची श्रद्धा. गणपती येतो, माघारी

जातो; पण वर जाऊन पावसाबद्दल काही बोलत नाही. गौरी मात्र जेवून जातात आणि वर जाऊन सांगतात, ''पाऊस नाही. लोकांची तोंडं वाळलीत. त्यांचे डोळे पावसाकडे लागलेत.''

मग पावसाचा देव पाऊस पाठवून देतो.

गावचे सुतार शेतकऱ्यांच्या तिफणी भरून देण्यात गर्क होते. माझी आढं अंथरून देण्यापेक्षा हे काम त्यांना जास्ती निकर्डचं वाटत होतं. म्हणून परगावच्या सुतारांना हे काम दिलं.

एका सकाळी दोन सुतार, दोन मजूर, सायकली दामटीत आले आणि तासणी, पटाशी, किकरं, रंधा ही हत्यारं चालू झाली.

दुपारी ऊन चांगलं तापे. इतकं की, हायब्रीड जोंधळ्याची सहा पोती झोपडीत होती, ती भगवानानं एक मजूर मदतीला घेऊन अंगणातल्या मोठ्या ताडपत्रीवर अंथरली आणि पाऊस पडला तर काय, हा विचारही मनात न येऊ देता मिरचीला पाणी पाजण्यासाठी तो दीड-दोन किलोमीटर दूर असलेल्या मळ्याकडे खुशाल निघून गेला.

ध्यानीमनी नसताना एकाएकी ढग गोळा झाले आणि तडातडा पावसाच्या धारा आल्या. दुसरी ताडपत्री उलगडून वाळवणावर अंथरेपर्यंत आजूबाजूला पाण्याची डबकी साठली आणि आला-आला म्हणेपर्यंत काळं रान थोडं चिकट करून पाऊस गेलासुद्धा. गावातल्या घरांच्या पत्र्यांवर मिरचीचं वाळवण होतं. अंगणात कापूस अंथरलेला होता. धावाधाव करूनही काही कापूस, काही मिरची, काही हायब्रीड भिजलंच. कुंब्या नसल्यामुळे झोपडीतल्या मातीच्या भिंतीही ओघळून ओल्या झाल्या आणि फरशीवर पाणी साचलं.

ही चेष्टा झाली. ओढा-ओघळी भरून वाहिल्या, काळी माती खोलवर भिजली, म्हणजे पाऊस झाला म्हणायचं. शेतकऱ्याचा चेहरा असं झालं तरच उजळणार.

अशा पावसाळी हवेतच एकदा मी दक्षिण दिशेला दूरवर फिरायला गेलो आणि परत येताना आभाळाला धना उमटलेला पाहिला. पूर्ण इंद्रधनुष्य होतं. दक्षिण-उत्तर या दोन्ही दिशांना भिडलेलं. थोडं आभाळ भरलं होतं. थोडं उतरतं ऊन पडलं होतं आणि आभाळात संपूर्ण इंद्रधनुष्य उमटलं होतं.

सपाट काळ्या रानात एकटाच उभा राहून मी चकित मुद्रेनं पाहात राहिलो.

आभाळाचं धरित्रीला हे रंगीत आश्वासन होतं.

मग मी पारदर्शक पंखांचा चतुर झालो आणि आभाळाचा आदर राखून तरंगत जाऊ लागलो.

परत झोपडीकडे येतायेताच वर उमटलेली ती अद्भुत कमान मावळून दिसेनाशी झाली.

सकाळी नऊच्या सुमाराला गवंडी-सुतार यांच्या कामाला दणक्यानं सुरुवात झाली. ज्या भिंती झाकण्याचं काम सुरू होतं, त्याच्या एका आतल्या भिंतीच्या तळाशी असलेल्या भोकातून धामण बाहेर काय दंगा चालला आहे, म्हणून कुतुहलानं बघू लागली. आधी थोडी डोकावली आणि हळूच चांगली हातभर लांब अशी बाहेर आली. ती दृष्टीला पडताच रोजगारी पोरांनी जोरदार धावपळ आणि घबराट निर्माण केली.

"बाऽ बाऽ बा! पिवळंझ्यार हाय. नाग हाय, नाग. मेलू!"

"वर भिंताडावर चढा आनि नेमानं मोठा धोंडा टाका डोक्यावर!"

"नकू रं बाबा."

"आरं आलं, आलं! भायेर आलं!" असा एकच गोंधळ पोरांनी आणि जाणत्यांनीही केला. बाहेरची ही हालचाल बघून बाहेर न पडता धामण पुन्हा बिळात जाऊन दिसेनाशी झाली. सर्वांनीच काम थांबवून वाळूच्या ढिगावर बसकण मारली.

मी म्हणालो, "अरे नाग नव्हे. धामण आहे. बिनविषारी जात. ती काय करणार?"

यावर सुतार म्हणाला, "तात्या, ही जात भारी वाईट. धावून अंगावर येती आन् पायाला येढं घालती. ते इतकं जाम असत्यात की, इळ्यानं कापल्याबगार निघत न्हाईत!"

अनंत काळ आपण सर्पांची पूजा केली; पण अजूनही साप विषारी कोणता आणि बिनविषारी कोणता, हे आपल्याला माहीत नाही. 'नवरा म्हणू नये आपला आणि साप म्हणू नये धाकला,' हीच म्हण अजून आपण खरी मानतो.

तास-दोन तास कामाचा खोळंबा करून पुन्हा रंधा मारणं सुरू झालं. गवंडी वर छपरावरच होता, त्यानंही काम सुरू केलं.

मी पुन्हापुन्हा सांगत राहिलो, "एवढा माणसांचा वावर चालू झाल्यावर आता ती थोडीच तिथं राहील? रात्री सामसूम झाली की, बाहेर निघून जाईल बघा."

दोन दिवसांत तसंच झालं. धामण त्या जागी दिसली नाही.

दुपारी निंबाखाली बसलो असताना पार पलीकडे वैरणीच्या गंजीवरून खाली उडी घेऊन तळाच्या चिपाडात शिरताना ती दिसली. म्हणजे तिनं छावणी सोडलेली होती.

तीन दिवसांत आडवे सर अंथरून लग, खांब ठोकून सुतारांनी छप्पर तयार केलं. कौलं पसरली आणि ते निघूनही गेले. दारं आणि खिडक्या करायला गावचे सुतार आले. या चौघा जणांत माझा वर्गमित्र उसन (वसंत हे त्याचं नाव, पण उच्चारसौकर्य म्हणून ते उसन झालं होतं.) होता. चवथीपर्यंतच्या सर्व वर्गांना एकच शिक्षक असताना तो माझ्याबरोबर दुसरीच्या वर्गात होता.

आता गावात पुष्कळ बदल झाला होता. बाजरी, तीळ, हुलगे, मटकी ही पिकं

कोणी घेत नव्हतं. ज्वारीच्या पिकास कोणी शेंदाड, शेंदण्या टाकीत नव्हते. हिंगण, हिवर, तरटी, नेपती, कवठ, बेल ही झाडं दुर्मीळ झाली होती. जिराईत जमिनींपैकी अनेक जमिनी बागाईत झाल्या होत्या. गावात वीज आली होती. पिण्याच्या पाण्याची सोय झाली होती. गावातली धाब्याची घरं जाऊन बऱ्याच घरांवर मंगळुरी तांबडी कौलं आली होती. ट्रक, जीप, मोटारसायकली असली वाहनं गावात आता आली होती. मोटा इतिहासजमा होऊन विहिरींवर मोटारी बसल्या होत्या. गावाला हायस्कूल झाले होते आणि त्यात मुलीही जात होत्या. पाऊसकाळ कमी झाला होता. एकोप्याला तडे गेले होते. सोसायटीची इमारत झाली होती. रानात फळबागा झाल्या होत्या, पण सुताराचा उसन लाकडाला भोके पाडायला अजून किकरंच वापरीत होता. मापं घेण्यासाठी चिपाडाचं कांडंच पसंत करीत होता.

आपल्या कामात मात्र त्यानं आधुनिक कुशलता आणलेली होती. त्यानं आणि त्याच्या परिवारातल्या तरण्या मुलांनी दारंखिडक्या नमुनेदार केल्या.

मी विचारलं, "उसन, आपण सोनारमास्तरांच्या हाताखाली एकत्र शिकलो. आठवतं का?"

रंधा मारता-मारता उसन हसून बोलला, "व्हय की!"

"आता वय किती म्हणायचं तुझं?"

"साठएक झाली असतील."

माझ्या निवाऱ्याला पश्चिमेकडचा वारा मिळावा, म्हणून दारंखिडक्या करण्याच्या कामी उसनचा हात लागला, याचा मला फार संतोष वाटला. आयुष्याच्या संध्याकाळी तरी आम्ही कामा-दामाची देवघेव करू शकलो. आत्तापर्यंत तीन-एक भीजपाऊस येऊन गेले होते, पण त्यातला एकही कामाचा नव्हता. अशा हलक्या पावसाला झिरंगट, बुरंगट अशा नपुसकलिंगी संबोधनानं शेतकरी ओळखतो. आपण म्हणालो, "काल पाऊस झाला."

तर अभिप्राय येतो, "कसला पाऊस हो, उगं झिरंगट आलं. काळ्या रानात पायताण जोरानं रुतलं, तर खाली कोरडीच माती लागतीय."

दोन ऑक्टोबरच्या संध्याकाळी काळ्याभंगार ढगांनी आभाळ चौफेर भरून आलं. अंधार पडल्यावर आभाळाकडं बघितलं, तर चांदण्या कुठे दिसल्या नाहीत. पण पाऊस येईल आज, असं कोणी बोललं नाही. सगळे रुसलेले दिसले.

रानातल्या झोपडीत फार धूळमाती झाली होती. म्हणून मी गावातल्या घरीच झोपलो होतो. ऐन रात्री जोरदार पाऊस सुरू झाला आणि धबाधबा कोसळला. आमच्या माळवदाला पिंढरीएवढं भोक पडून बदाबदा गळू लागलं. भिंतीला सिमेंटचा गिलावा होता, तरी ती पार ओलीचिंब झाली. तशा अंधारात पावसात भिजत जाऊन भगवानाला उठवावं लागलं. तो बॅटरी घेऊन माळवदावर चढला आणि दगड-माती

घालून त्यानं भोक बुजवलं, तेव्हा घरात शिरणारा पाऊस अडला.

सकाळी झोपडीकडं जावं म्हणून बघितलं, तर चिखलात फसाफस पाय रुतू लागले. काळ्या रानातून आता पायताण घालून चालणं अशक्यच होतं. गावचा ओढा लाल पाण्यानं भरून गर्जना करीत वाहत होता. उतारावरून पाण्याचे लोंढे, ओढ्याला मिळणारी लहान ओघळ, साऱ्यांतून पाणीच पाणी झालं होतं. रानातल्या ताली तुडुंब भरल्या होत्या. भीजवास चोहोकडे दाटून राहिला होता. थोड्या उशिरा का होईना, पोटभर नाही, तरी पेरणीपुरता पाऊस झाला होता.

ओल्या रस्त्यानं गावाकडे परतताना म्हातारा जनाप्पा भेटला. थांबला. रामराम घालून म्हणाला, ''तात्या, मी तुमच्या अंगावरनं दोन वेळा गेलो, पर वळकलं न्हाई बगा! लई आंग टाकलं तुमी! आन् पाक पांढरं झाला.''

गोष्ट खरी होती. लहानपणापासून वागवत आलो तो कर्दमाचा पसारा आता वाहून गेला होता. सडसडीत राहिलो होतो. केसाचं टोपलं आता झडलं होतं आणि पांढरंही झालं होतं.

जनाप्पाला जाणवावा असा हा फरक होताच.

''जनाप्पा, उताराला लागलो. आंग भुस्कटासारखं उडून गेलं आणि केस म्हणशील, तर उन्हानंच पांढरे झाले.''

यावर हसल्यासारखे करून सत्तरीतही काटक राहिलेला जनाप्पा म्हणाला, ''कवा आला?''

''महिना झाला.''

''बरे खुशाल?''

''ठीकच आहे.''

''मग हाय, मग हाय, येत जा हिकडं. आपलं गाव हाय. आईबानं भाकर ठिवलिया, तिला इसरू नका.''

जनाप्पा घाईनं पुढे विरुद्ध दिशेला गेला. मी वेशीत आलो. नित्याप्रमाणे तिथे घोळका होताच. सगळे चेहरे प्रफुल्लित दिसत होते. त्यातल्या एकानं हात वर करून मोठ्यांदा पुकारा केला, ''तात्या, आता आनंदीआनंद झाला बगा, पेरणी होतीय, मग पुढचं पुढं.''

दहा तारखेला मी परतीच्या प्रवासाला निघालो, तेव्हा रानात सगळीकडे तिफणी चाललेल्या दिसत होत्या.

■

www.ingramcontent.com/pod-product-compliance
Lightning Source LLC
Chambersburg PA
CBHW070706280626
47159CB00022B/2258
* 9 7 8 8 1 8 4 9 8 3 6 7 8 *